महाराष्ट्राची मंदिरशैली

सर्वंकष जीवनाचे प्रतिबिंब

डॉ. भाग्यश्री काळे – पाटसकर

प्रस्तावना

गो. बं. देगलूरकर

अध्यक्ष, डेक्कन कॉलेज पुरातत्त्वशास्त्र संशोधन संस्था

डायमंड पब्लिकेशन्स

महाराष्ट्राची मंदिरशैली
डॉ. भाग्यश्री काळे-पाटसकर

प्रथम आवृत्ती : नोव्हेंबर २००९

पुनर्मुद्रण : २०२३

ISBN : 978-81-8483-224 -2

अक्षरजुळणी
डायमंड पब्लिकेशन्स, पुणे

रेखाचित्र
ऋचा कुलकर्णी

मुखपृष्ठ
शाम भालेकर

प्रकाशक
डायमंड पब्लिकेशन्स
२६४/३ शनिवार पेठ, अनुग्रह अपार्टमेंट
ओंकारेश्वर मंदिराजवळ, पुणे-४११ ०३०
☎ ८६०००१०४१६
info@dpbooks.in

ऑनलाईन पुस्तक खरेदीसाठी भेट द्या
www.dpbooks.in

ज्येष्ठ पत्रकार
आदरणीय,

श्री. भगवान दातार, श्री. अरविंद गोखले

आणि (कै.) वरुणराज भिडे

पुरातत्त्वशास्त्र लोकाभिमुख करण्यासाठी मीदेखील अधिकाधिक लिहावं,
असा आग्रह तुम्ही प्रत्येक भेटीत स्पष्ट बोललात.
त्या आग्रहासाठी सादर अर्पण...

भाग्यश्री काळे-पाटसकर

प्रस्तावना

'महाराष्ट्राची मंदिरशैली' हे पुस्तक एतद्‌विषयक साहित्यात स्वागतार्ह भर घालणारे आहे. तसे हे छोटे आहे; पण अभ्यासकांना, जिज्ञासूंना आणि पर्यटकांना उपयुक्त ठरेल असे आहे.

महाराष्ट्रातील मंदिरांच्या स्थापत्याविषयी मराठीतून थोडेसेच साहित्य उपलब्ध आहे. हौशी लेखकांनी काही मंदिरावर वृत्तपत्रांच्या पुरवण्यातून लेख लिहिलेत. अर्थातच ते अभ्यासकांच्या उपयोगाचे नसतात. त्यासाठी पाहिजे तो अभ्यास त्या लेखकांचा नसतो. प्रस्तुत ग्रंथ अभ्यासाधारित असून ओघवत्या भाषेत लिहिलेला असल्यामुळे चटकदार आणि दर्जेदार असा झाला आहे.

महाराष्ट्र हा दगडांचा देश; पण इथल्या रसिक कलाकारांनी त्यातून उत्तमोत्तम कलाकृती, लोभसवाणी शिल्पे आणि नतमस्क व्हावे अशा मूर्ती निर्माण केल्या. हे कार्य इसवीसनाच्या पाचव्या-सहाव्या शतकापासून येथे चालू आहे. अधूमधून या कार्यात खंड पडत होता. ह्याला अवांच्छित ऐतिहासिक घटना कारणीभूत आहेत. येथील कलाकारांनी जी मंदिरे उभारली ती कलासमृद्ध ठरावीत असाच त्यांचा प्रयत्न होता. त्या मंदिराद्वारा या प्रकारच्या धार्मिक स्थापत्याचा उद्‌गम व विकास यासंबंधीचा पुरेसा अंदाज बांधता येतो. येथील सर्वात प्राचीन मंदिरे विटांत बांधलेली, त्यात काही भाग लाकडाचाही असे. नंतरची मंदिरे पाषाणातही आहेत.

येथी मंदिरांची कालक्रमदृष्ट्या तीन गटांत विभागणी करून त्या त्या गटातील मंदिरस्थापत्याची वैशिष्ट्ये, त्यांची लक्षणे यांचे यथायोग्य वर्णन लेखिकेने केले आहे. प्राचीन काळातल्या वास्तूंची सर्व माहिती मिळणे अवघड असते, त्यामुळे उपलब्ध दोन पुराव्यांची सांगड काहीवेळा अनुभवउद्‌भूत असते. ती प्रत्येकवेळी वस्तुस्थिती

निदर्शक ठरतेच असे नाही. डॉ. सौ. भाग्यश्रीने परिश्रमपूर्वक माहिती गोळा केली आणि ती प्रामाणिकपणे वाचकासमोर ठेवली आहे. मात्र तीत आणखी भर घालता आली असती.

अंबरनाथ येथील अम्रेश्वर मंदिराच्या वर्णनाच्या अनुषंगाने महाराष्ट्रात भूमिज मंदिरांचे प्राचुर्य आढळत असल्यामुळे जणू काही ही मंदिरशैली महाराष्ट्राचीच मानावी लागेल असे अनुमान अभिनिवेषविरहितपणे केले आहे. ते धाडसी आहे हे खरेच. लेखिकेची काही मंदिरे विशेष आवडीची असावीत असे म्हणता येते ते त्यांच्या केलेल्या विस्तारपूर्वक वर्णनावरून किंवा असेही म्हणता येईल की, ज्या मंदिरांचा विस्तार विशेष आकर्षक, जी मंदिरे शिल्पजडित आहे, जी दर्शत आहेत ती त्यांच्या या वैशिष्ट्यामुळे लेखिकेला त्यांची सविस्तर महिती देण्यास उद्युक्त करणारी ठरली आहेत.

या मंदिरात होट्टल, मुखेड आणि धर्मपुरी ही मराठवाड्यातील उत्तर चालुक्यकालीन मंदिरे, कोल्हापूरजवळील शिलाहारकालीन भव्य आणि अतिदेखणे असे खिद्रापूरचे कोप्पेश्वर मंदिर, ठाणे जिल्ह्यातील पहिले भूमिज मंदिर अंबरनाथ (महाराष्ट्रातलेही पहिले), सिन्नर येथील शिवपंचायतन मंदिरं, चंद्रपूर जिल्ह्यातील मंदिरस्थापत्यात चक्रवर्ती ठरावे असे मार्कंडदेव मंदिर अशा मंदिरांपैकी काही मंदिरे आहेत.

डॉ. सौ. भाग्यश्रीने रामटेक (जि. नागपूर) येथील मंदिरांचे वर्णन करताना महाराष्ट्रातील मंदिर–स्थापत्याचा ओनामा विदर्भात झाल्याचे सांगितले. ते ती ठासून सांगते. यामुळे तिचेही वैदर्भीपण लक्षात येते. मंदिरांच्या घटकावघटकांचे पारिभाषिक शब्दात येथे वर्णन आले आहे हे आवर्जून नमूद करावे लागते. कारण मंदिरासंबंधीची बहुसंख्य पुस्तके इंग्रजीत असल्यामुळे लेखनात संस्कृतोद्भव पारिभाषिक शब्दांचा उपयोग अलीकडच्या काळात होऊ लागलेला. लेखिकेने काळाचे नि भाषेचे भान ठेवले आहे हे स्पृहणीय ठरते आणि असे करताना त्या शब्दामागची संकल्पना सांगायला ती विसरत नाही. ग्रंथाचे शेवटी, शिवाय, सूचीही दिलेली आहेच.

येथे विषयमांडणीची पद्धत पारंपरिक धाटणीची नसल्यामुळे नवख्या वाचकाला बुचकळ्यात पडल्यासारखे होऊ शकते असे वाटते. प्रारंभी मंदिरांचा उद्गम व त्यांचा हळूहळू होत गेलेला विकास, शिवाय ज्या राजघराण्याच्या कारकीर्दीत आणि क्वचित आश्रयाने मंदिरे उभारली गेली त्या संबंधीचा इतिहास आणि मग वेगळाल्या गावातील ठळक मंदिरांची माहिती असा धोपटमार्ग सोडून आधी मंदिरासंबंधीचे प्रास्ताविक, मग काहींची वर्णने (उदा. तेरची मंदिरे) पुन्हा संबंधित मंदिरउभारणीच्या काळचा इतिहास, पुन्हा मंदिरांची वर्णने असे येथे झाले आहे. मात्र लेखिकेने जे क्रम लावले आहेत त्या

क्रमाने आलेले विवरण आणि विवेचन ओघवत्या भाषेत, उत्सुकता निर्माण होईल अशा पद्धतीने केले आहे हे निर्विवाद. नव्याने या विषयाचा अभ्यास करणाऱ्यांना बोजड वाटू नये म्हणून ललितरीतीने केलेले आहे हे सांगणे आहे, मंदिरांच्या सुरस कहाण्या वाटाव्यात आणि त्या मनात रेंगाळत राहाव्यात, त्यांची ओढ लागावी असे हे लिखाण झाले आहे. शिवाय योग्य ती छायाचित्रे विषयाकलन सुलभ करणारी आहेतच.

तसेच पाहिले तर आणखी बरीचशी माहिती देण्याची क्षमता बाळगणाऱ्या या लेखिकेकडून खूप अपेक्षा ठेवता येण्यासारख्या आहेत. तिने मंदिर-स्थापत्याची सोदाहरण व सोपपत्तिक तोंडओळख करून देण्याचेच ठरवले असावे बहुधा. मात्र वाचकांना व विशेषत: अभ्यासकांना सांगणे हे राहील की, त्यांनी ही पहिली आवृत्ती लवकर कशी संपेल असे पाहिले तर 'न्यून ते पुरते' करण्याचे कार्य लेखिकेला दुसऱ्या आवृत्तीच्याद्वारे करता येईल.

डायमंड पब्लिकेशन्स, पुणे यांनी भारतीयविद्या अंतर्गत अनेक विषयांवरची पुस्तके प्रकाशित करण्याचे ठरवले आहे. त्यांपैकीच 'महाराष्ट्रातील मंदिरशैली' हे एक या प्रकाशनसंस्थेचे मन:पूर्वक कौतुक करायचे ते त्यासाठीच.

चंपाषष्ठी, शके १९३१
पुणे

गो. बं. देगलूरकर

मनोगत

महाराष्ट्रराज्यस्थापनेला ५० वर्षे पूर्ण होत असताना विविध पैलूंनी आपली भूमी समजून घेण्याचा हा डायमंड पब्लिकेशन्सचा उपक्रम स्तुत्य आहे. मराठी इतिहास, संस्कृती आणि समग्र जीवनच समजून घेण्याच्या या प्रवासात मंदिरस्थापत्य हादेखील महत्त्वाचा पैलू आहे. मंदिरे ही केवळ धार्मिक गरजेतून उभारली गेली नसून त्यामागील सामाजिक, राजकीय आणि आर्थिक घडामोडींचा विचार समान प्राधान्याने केला जात आहे. महाराष्ट्रातली मंदिरेही याला अपवाद नाहीत.

आपल्याकडे बांधीव मंदिर म्हटले की झट्कन 'हेमाडपंती' असा शब्दप्रयोग केला जातो. यादव राजांच्या पदरी प्रधानपदावर हेमाडपंत किंवा हेमाद्री काम करत असताना त्याने जुन्या मंदिरांचा जीर्णोद्धार केला. काही नवी मंदिरे उभारली. समाजमनात त्याचे हे धर्मकार्य जणू शिलालेखासारखे कोरले गेले. त्यामुळे प्रत्येक बांधीव मंदिराला 'हेमाडपंती' म्हटले गेले. हेमाडपंतांच्या आधीच्या काळातील मंदिरांनाही 'हेमाडपंती' म्हणणे अशास्त्रीय ठरते, हे अभ्यासाने लक्षात येते. हेमाडपंताने दगडावर दगड रचून सिमेंट, चुना वगैरे सारख्या वस्तूंचा बांधकामासाठी वापर केला नाही. वास्तविक, भारतभर उभारलेली सर्वच प्राचीन मंदिरे या पद्धतीने बांधलेली आहेत. त्यामुळे 'शुष्कसांधी' मंदिरे ही हेमाडपंतांची देणगी असल्याचे मानणे अज्ञानमूलक ठरते. हे सर्व गैरसमज दूर करणे हा या विवेचनाचा उद्देश आहे.

महाराष्ट्रातील बांधीव मंदिरांसंबंधी प्रकाशित होणारे हे काही पहिलेच पुस्तक नव्हे. डॉ. गो. बं. देगलूरकर यांचे डी.लिट्.चे सर्व काम या विषयासंबंधातले आहे. त्यांनी इतकी शिस्तबद्ध आणि बारकाईने आपली निरीक्षणे नोंदवली आहेत, की न पाहिलेले मंदिरही नजरेसमोर साकारू लागते. शिवाय मंदिरावरील शिल्पांकनाचाही

त्यांनी स्थापत्याच्या बरोबरीने विचार केला आहे. शिल्पे आणि स्थापत्य यांचा परस्परांशी अतूट संबंध आहे. केवळ एकाच बाजूचा विचार करणारे काम अपूर्णच म्हणावे लागेल. डॉ. देगलूरकर यांनी बर्जेस, ब्राऊन, नाईक, कझिन्स, शिवराममूर्ती, सौंदरराजन अशा पूर्वसूरींच्या कार्याच्या पायावर आधारित काम केले. मात्र, ते इंग्रजी भाषेत असल्याने सर्वसामान्य मराठी मंदिरप्रेमींपासून दूर आहे असे वाटले. अन्य विद्वानांचे लेखन हेदेखील अभ्यासकांसाठी, संशोधकांसाठी अधिक आणि सर्वसामान्य मराठी मंदिरप्रेमींसाठी काहीसे अवघड आहे. या सर्वांच्या आधारानेच काही महत्त्वाच्या बांधीव मंदिरांचा परिचय करून देण्याचा हा प्रयत्न आहे.

मंदिर काय किंवा इतर कोणतीही वास्तू कशी आहे, हे पाहिल्यावर आपण साधी माणसं झट्कन विचारतो हे इथे का आहे? दुसरी कोणती जागा, परिसर त्यासाठी का योग्य वाटले नाही? याच ठराविक जागेचे असे काय महत्त्व? गावात कोणाला विचारले तर ते दंतकथा, आख्यायिका सांगतात. अतर्क्य गोष्टींवर विश्वासही बसत नाही. पण प्राचीन वास्तूंच्या मंदिरांच्या जागानिवडीबाबत व्यापारी मार्ग, बाजारपेठेच्या गावांचा आणि आर्थिक-राजकीयदृष्ट्या महत्त्वाच्या स्थानांचा विचार प्राधान्याने केलेला दिसतो. याबाबत माहिती देण्याचा प्रयत्नही पुस्तकात केला आहे.

महाराष्ट्र मोठा विस्तृत भूप्रदेश, डोंगरदऱ्या, सपाट पठारी प्रदेश, सागरकिनारा आणि खळाळत्या नद्यांनी नटलेला. इथे माणसेही काटक, धडपडी आणि झुंजार तितकीच कलाप्रेमी. आपण कलाकारी, कारागिरी आणि व्यापारातून जगाच्या नकाशावर स्थान निर्माण केले होते. या सर्व घडामोडींमधून महाराष्ट्रात कोरीव लेणी आणि बांधीव मंदिरे उभी राहिली. सर्वच प्राचीन बांधीव मंदिरांचा विचार करणे एखाद्याच्या शारीरिक मर्यादांच्या पलीकडचे आहे यात दुमत नसावे. काही ठळक उदाहरणांसह इथल्या मंदिरांचे महत्त्व, वैशिष्ट्य उलगडण्याचा उद्देश नजरेसमोर ठेवला आहे. शितावरून भाताची परीक्षा सुजाण वाचक करतील, याची खात्री आहे.

आज जगभर प्राचीन वास्तूंकडे पर्यटनाचे साधन म्हणून बघितले जाते. भारतात तर गावोगावी हा ठेवा विखुरलेला आहे. त्यातून महाराष्ट्रात औद्योगिक, शैक्षणिक प्रगतीमुळे जगभरातून लोक विविध कारणांनी येत असतात. आपणही हौसेने विविध ठिकाणी फिरत असतो. पर्यटनउद्योगही सध्या नव्या काळाला, गरजांना अनुसरून नव्या स्वरूपात उभा आहे. देशी असो की विदेशी सर्वच पर्यटकांना भारताच्या कलात्मक सांस्कृतिक ठेव्याचे आकर्षण आहेच. आकर्षणापायी आपण त्या त्या वास्तू बघतो; पण त्यांच्याविषयी खरी, योग्य अभ्यासपूर्ण माहिती मिळत नाही, हे वास्तव आहे. त्रोटक, ऐकीव, दंतकथात्मक गोष्टी ऐकायला येतात. मंदिर असो वा लेणी त्यांच्या परिसरात माहितीपत्रके मिळण्याची सोय नसते. माहितीचे फलक नसतात. अधिकारी

व्यक्ती किंवा गाईडही नसतात. शिक्षणाची आस धरून देशात आघाडी मारणाऱ्या महाराष्ट्राला हे लज्जास्पदच नाही का?

प्रवासादरम्यान एखाद्या गावात थांबावे. तिथे चौकशी करता दगडाने बांधलेले जुने मंदिर आहे, असे कळते. गावात जाऊन बघावे, तर झाडाझुडपांनी वेढलेले भग्न मंदिर दसते. लेणी असो वा मंदिर, स्वच्छ परिसर नसतोच. लोकप्रिय किंवा सर्वज्ञात पर्यटनस्थळी पसरलेला कचरा आपण पर्यटकांनीच केलेला असतो. ते कलात्मक स्थान आपण बघायला जातो की तिथला परिसर घाण करायला? आपल्या जाण्याने त्या वास्तूंना 'शोभा' आणायचा आपल्याला काय अधिकार असतो? अगदी बुलंद गड किल्लेही याला अपवाद नाहीत. आपले पूर्वज अतुलनीय पराक्रमाची साक्ष पटवून गेले तिथे आपण असभ्य वर्तन करताना जराही कचरत नसतो. काय कारण असावे या अनास्थेचे, बेदरकार उद्धट वृत्तीचे? कारण एकच असंवेदनशीलता, अज्ञान!

आपल्या अज्ञानामुळे संवेदनाच बोथट झाल्या आहेत. प्राचीन वस्तू आणि वास्तूंचे त्यामुळे अतोनात नुकसान होते आहे. आपण हे लक्षात घ्यायला हवे, की असे कलात्मक नमुने आपण ठरवूनही निर्माण करू शकणार नाही. याच कारणाने प्राचीन इतिहासाचे अभ्यासक पर्यटन व्यवसायाबद्दल काहीशी नाराजी दाखवतात. पर्यटन करताना मूलभूत तत्त्व लक्षातच घेतले जात नाही. प्राचीन वास्तू 'आपल्या' आहेत, हे समजून घेतले जात नाही.

आपल्या घरात घाण-कचरा आपणच पसरू देतो का? घराचे कोणत्याही प्रकारचे नुकसान होईल असे आपण वागतो का? मग प्राचीन अद्वितीय वास्तूंबद्दल ही अनास्था का? ज्या कोणाला परिसरातल्या कलात्मक, सांस्कृतिक ठेव्याविषयी माहिती आहे त्याने ती इतरांना सांगायला हवी. पर्यटन उद्योगामुळे आपल्या परिसरातल्या अनेकांना रोजगाराची संधी उपलब्ध होते. परिसरात संपन्नता येते, तशीच पर्यटनस्थळाला ऊर्जितावस्था प्राप्त होण्यास मदत होते. कोणाला असे काही सांगायला जावे की म्हणतात, हे काम तर सरकारचे आहे. आपण लोकशाहीत राहतो; मग सरकार आपणच नव्हे का? प्रशासनाकडे प्राचीन वास्तूंबद्दल विचारावे तर चित्र काय दिसते? हजारो वास्तू आहेत. दरवर्षी ठराविक संख्येने त्यांच्या देखभाल, स्वच्छता, माहितीफलकांची तजवीज केली जाते; पण थोड्याच काळात परिसरातले लोक माहितीफलक लांबवतात. चांगला रस्ता, स्वच्छ परिसर असलेले मंदिर, लेणी वा किल्ल्यात टवाळखोर पत्त्यांचे डाव टाकून बसतात किंवा पार्ट्या करतात. एखाद्या खेड्यात जा किंवा राजधानी मुंबईतील बोरिवलीजवळच्या कान्हेरी गुंफामध्ये जा; हेच चित्र!

या सगळ्या मुद्द्यांचा विचार करताना माझ्या नजरेसमोर परदेशातील पर्यटनस्थळे आहेत. तिथे जगभरातून आणि भारतातूनही येणारे लोक किती शिस्तीने, चौकसपणे

पर्यटनाचा आस्वाद घेताना दिसतात. तेच भारतीय आपल्या देशातल्या आपल्याच पर्यटनस्थळी कसे वागतात? प्राचीन भारतीय संस्कृती आणि स्थापत्य व कला यांचा अभ्यास केवळ पर्यटन उद्योगाचे लक्ष्य नजरेसमोर ठेवून करणे एकांगी ठरेल. इतिहासाचा मागोवा, मानवी जीवनातील बदलांचे टप्पे आणि प्रवाह जाणून घेतले जातात. तसेच या विषयाच्या अभ्यासातून कला-शिल्पकला, चित्रकला यांचेही पैलू नजरेसमोर येतात; पण आजचे युग विज्ञान आणि तंत्रज्ञानाचे आहे. माणसाला मंगळावरचे पाणी पृथ्वीच्या उपयोगी कसे पडेल ही चिंता सतावतेय आणि आपण अशा जुन्या पडक्या वास्तूंची चर्चा करत बसलोय? ढासळत्या किल्ल्यांचे जतन करण्याचा प्रयत्न करतोय? उपयोग काय या शेकडो वर्षांपूर्वीच्या गोष्टींचा? या सांस्कृतिक ठेव्याचे आपल्या जीवनातील, मानवी प्रगतीच्या मार्गातील स्थान आपल्याला निश्चित करता आले पाहिजे. ही प्रगल्भता विज्ञान, तंत्रज्ञानाच्या साहाय्याने आपण मिळवली पाहिजे. आजच्या आर्थिक सुबत्तेचा, चंगळवादाचा अतिरेक झालेल्या समाजाला भानावर आणण्यासाठी या पुरातन अवशेषांची आपल्याला मदत होईल. तंत्रयुगातल्या माणसाला आत्मभान येण्यासाठी सांस्कृतिक ठेव्याचा यथार्थ परिचय होणे गरजेचे आहे.

आजही आपल्या आजूबाजूला घडणाऱ्या प्रत्येक गोष्टीत आपल्या सर्वंकष जीवनाचे पडसाद उमटलेले दिसतात. उदाहरण द्यायचे आणि मूर्ती व मंदिरांच्या संदर्भातलेच द्यायचे तर साईबाबा, बालाजी, संतोषीमाता यांचे देता येईल. यांची भक्ती आज मोठ्या प्रमाणात होताना दिसते. घरोघरी बायका पूर्वी मंगळागौरीचे व्रत, जीवतीपूजन वगैरे समारंभ आवर्जून करत असत. आज त्यापेक्षा अधिक महत्त्व वैभवलक्ष्मीव्रताला आलेले दिसते. हे आणि असेच बदल समाजाची मानसिकता कशी बदलते, हे दाखवतात. संन्यास, योग, मोक्षाची वाट चालवणारा शिव, सुख-दुःखांच्या, भोग-मायेच्या पलीकडे भक्तिमार्ग दाखवणारा, समर्पण शिकवणारा विष्णू, अन्यायाचा प्रतिकार करणारी न्याय, सत्यासाठी लढणारी रणरागिणी दुर्गा यांची आळवणी करणारे भक्त थोडे कमी झालेले दिसतात. 'पैसा देणारे' देव लोकांना जास्त हवेहवेसे वाटतात. याचे मूळ भोगवादाच्या, चंगळवादाच्या मागे लागलेल्या समाजमनात आहे.

पूर्वीच्या शेकडो मंदिरांचे कारागीर, कलाकार, रक्षणकर्ते आणि दानी धनिक यांनी एकत्र येऊन जागतिक आश्चर्य ठराव्यात अशा कलाकृती घडवल्या. त्यांच्या पिढ्या न् पिढ्या या कार्यात मग्न होत्या. अगदी समर्पण भावनेने! असे असूनही आपले नाव कलाकृतींवर कोरण्याचा विचारही त्यांच्या मनात आला नाही. आज साधे शंभर रुपये देणगी देणाराही बोर्डवर नाव लिहिण्याचा आग्रह धरतो! काही देवस्थानात तर ठराविक रकमेपेक्षा जास्त दान दिल्यास नाव कोरण्याची 'सोय' आहे. भक्तीपेक्षा पैसा आणि समर्पणापेक्षा अहंकार मोठा झालाय.

या पार्श्वभूमीवर आजच्या व्यावसायिक, व्यापारी वृत्तीच्या समाजातून हे सगळे अवशेष जपायचे कशाला, असा प्रश्न आल्यास नवल काय? भावनावश लोक म्हणतात, 'लंगड्या, आंधळ्या आईबापांचा आपण सांभाळ करतो. मतिमंद मुलांना जन्मदाते सांभाळतात, तसेच हे समाजाचे कार्य आहे.' हे दोन्ही विचार दोन टोकांचे आहेत. आपला कलात्मक, सांस्कृतिक वारसा आंधळा-पांगळा मुळीच नाही. भारतासारखी कलेची तत्त्वज्ञान आणि उच्च, नीतिमान विचारांची परंपरा क्वचितच अन्यत्र इतक्या सातत्याने चाललेली दिसेल. आपण या गोष्टी जपत आहोत, हा आपला भ्रम आहे. वास्तविक या वैभवी, नीतिमान परंपरांनी आपल्याला सांभाळलेले आहे.

'जुने म्हणून जपावे' हेदेखील म्हणणे चुकीचेच आहे. त्याचा अर्थ समजावा, त्यामागचा कार्यकारणभाव आकलन व्हावा त्यासाठी हा पुस्तकलेखनाचा प्रपंच! पुरावशेष, प्राचीन मंदिरे यांच्याकडे बघण्याचा दृष्टिकोन सुधारावा, अधिक चौकस व्हावा हा या लेखनाचा मुख्य उद्देश आहे. समोर दिसणाऱ्या कोरीव, बांधीव अवशेषामध्ये काय बघायचे, याची थोडी कल्पना जरी यातून आली तरी उद्देश सफल होईल.

भारतातील प्राचीन स्थापत्य, विशेषत: मंदिरांचा अभ्यास करणाऱ्यांमध्ये जेम्स बर्जेस, मेजर गिल, हेन्री कझिन्स, जेम्स फर्गसन, ए. व्ही. नाईक यांचे कार्य महत्त्वाचे आहे. जेम्स बर्जेस यांनी पश्चिम महाराष्ट्रातील मंदिरांची यादीच १८८५ मध्ये प्रसिद्ध केली. हेन्री कझिन्स यांनी मध्य भारत व विदर्भातील मंदिरांची वर्णनात्मक यादी प्रकाशित केली. त्यांच्या लेखनात नकाशे, मंदिरांची उंची, छत, खांब यांचेही सखोल विवेचन केले आहे. पद्धतशीर, वैज्ञानिक दृष्टिकोनातून परिपूर्ण असा महाराष्ट्रातील सर्वाधिक मंदिरांचा परिचय डॉ. ए. व्ही. नाईक यांनी करून दिला आहे. डॉ. गो. बं. देगलूरकर यांनी आधीच्या सर्व संशोधकांच्या कार्याचा अभ्यास करून महाराष्ट्रातील मंदिरांचे त्यावरील मूर्तींसह तत्त्वज्ञानाच्या संदर्भात विवेचन केले, असे आणखीही अनेक अभ्यासक महाराष्ट्रातील मंदिरांच्या स्थापत्यशैलीवर काम करताना दिसतात.

असे असताना आणखी एक पुस्तक प्रकाशित करण्यामागे थोडा वेगळा उद्देश आहे. आजवर झालेले लेखन अभ्यासक, संशोधकांसाठी केले गेले. सर्वसामान्य वाचकांना नजरेसमोर ठेवून हे पुस्तक सादर करत आहे. आपल्या परिसरातील प्राचीन मंदिरांची आपण ओळख करून घ्यावी, हा यात उद्देश आहे. प्राचीन इतिहासाचे आवश्यक संदर्भ मांडून, स्थापत्याची महत्त्वाची वैशिष्ट्ये सांगितली आहेत. कठीण, काहीसा क्लिष्ट वाटणारा विषय सोपा करण्याचा प्रयत्न आहे.

महाराष्ट्रातील मंदिरांचा परिचय करून घेण्याआधी मंदिराची संकल्पना स्पष्ट केली आहे. भारतातील प्रमुख शैलींचाही थोडक्यात परिचय करून दिला आहे.

गावोगाव विखुरलेल्या पुरावशेषांकडे बघण्याचा दृष्टिकोन तयार व्हावा, ही इच्छा यामागे आहे. आवश्यक त्या ठिकाणी रेखाचित्रे काढून विषय समजावण्याचा प्रयत्न केला आहे.

हे लेखन करताना डॉ. गो. बं. देगलूरकर यांचे मार्गदर्शन आणि डॉ. अ. प्र. जामखेडकर यांच्या पुस्तकाची मदत मिळाली नसती तर काहीच होऊ शकलं नसतं. जे काही न्यून जाणवतं ते माझ्या मर्यादा स्पष्ट करतं, हे नक्की.

शतकांपूर्वी बांधलेली, आज भग्नावस्थेत असलेली ही मंदिरे बघायची कशाला? का बांधली होती ही मंदिरे? उपयोग काय त्यांचा? असल्या जुन्या, पडक्या वास्तूंचा अभ्यास का करायचा? मुख्य म्हणजे आज मानवानं मंगळावर चढाई केली असताना या जुन्या गोष्टी अभ्यासण्याचं महत्त्व काय? असे असंख्य प्रश्न आपल्या मनात असतात. प्रश्न विचारणं हीच तर ज्ञानमार्गाची वाट आहे. एखादं जुनं मंदिर म्हणजे त्या गावाची अस्मिता, प्रतिष्ठा असते. एकूणच मंदिरे ही आत्मभान देणारी, स्वत:चीच ओळख स्वत:ला करून देणारी वास्तू असते.

डॉ. भाग्यश्री काळे – पाटसकर

लेखिकेचा परिचय

भाग्यश्री काळे – पाटसकर

एम.ए. एम. फील – भारतीय विद्या.

एम.ए. पीएच.डी. – पुरातत्त्वशास्त्र.

* पुरातत्त्वशास्त्रविषयक लेख विविध नियतकालिकांमधून प्रसिद्ध
* आकाशवाणीवरून पुरातत्त्वविषयक कार्यक्रमांचे सादरीकरण.

पुस्तके

* सरस्वती जन्मभू विदर्भ, दगडावरच्या रेषा, असा घडला मानव, जगप्रसिद्ध भारतीय स्मारके ही पुरातत्त्वविषयक.

बालसाहित्य

* महाप्रतापी शंभूराजे, प्राचीन भारतीय महापुरुष, भारतरत्न (१९९२–९३ चा वि.कों. ओक राज्यपुरस्कार)

इतर

* विख्यात गायिका विदुषी माणिक वर्मा यांच्या आत्मचरित्राचे शब्दांकन – किती रंगला खेळ.

* ज्ञानेश्वरी सप्तशताब्दीनिमित्त मॉरिशस येथे आयोजित कार्यक्रमांमध्ये सहभाग.
* विविध ठिकाणी अभ्यास सहलींचे आयोजन व स्लाईड शो.

अनुक्रमणिका

१. मंदिर स्थापत्य : संकल्पना

देवालय

'देवस्य देवानाम वा आलय: इति देवालय:' असं म्हटलंय. देवाचं निवासस्थान! देवालय किंवा मंदिरे या वास्तूच्या नावावरून त्याचा उद्देश स्पष्ट होतो. देवालय या वास्तूच्या खूप आधी मूर्ती निर्माण झाल्या. निसर्गात घडणाऱ्या अतर्क्य वाटणाऱ्या अनेक घटनांची जबाबदारी मानवाने 'ईश्वर' या कल्पनेवर टाकली. निसर्गाचा कोप होऊ नये, जीवन सुखकर व्हावं या हेतूने निसर्गाच्या विविध घटकांची पूजा करणं त्यानं सुरू केलं. आपल्या आराध्यदेवतेला काहीतरी द्यावं, अर्पण करावं असं त्याला वाटलं. आपल्या जीवनाला आवश्यक असणाऱ्या गोष्टी देवालाही आवश्यक असाव्यात, असं तो मानू लागला; पण अदृश्य देवाची पूजा कशी करणार? या समस्येवर तोडगा म्हणून माणसानं मूर्ती घडवायला सुरुवात केली. ऋग्वेदाच्या पहिल्या मंडळात मूर्तींचे उल्लेख येतात.

उत्तर वैदिककाळात आत्मा, मृत्यू, परलोक यांचा विचार होऊ लागला. जन्म-मृत्यूचं चक्र चुकवायचं तर आत्मा मुक्त व्हायला हवा. मोक्ष मिळवण्यासाठी समूहाने पूजा, यज्ञ, आरत्या करण्याऐवजी एकट्याने आराधना करण्याची प्रथा पडली. या काळापर्यंत माणसाचं जीवन स्थिर झालं होतं. 'कुटुंबावस्था', 'घर' या संकल्पना पूर्णपणे विकसित होऊन प्रत्यक्षात उतरल्या होत्या. मग आपल्याला जसं घर लागतं तसं देवालाही लागत असलं पाहिजे, ही भावना निर्माण झाली. यातूनच देवालय ही कल्पना सुचली. देवाचे देवासाठी असलेले निवासस्थान साकारू लागले.

अग्निपुराण म्हणते देवालय म्हणजे मानवी शरीरच आहे. शिखर म्हणजे शिर. त्याखाली बेकी म्हणजे मान, मग स्कंध, गाभारा म्हणजे हृदय, मग मंडोवर म्हणजे छाती, पोट हा भाग, कटिभाग म्हणजे जंघा इत्यादी. विख्यात मूर्तिशास्त्रज्ञ डॉ. गो.बं. देगलूरकर यांनी मंदिर या वास्तूची कल्पना, प्रतीकात्मकता आध्यात्मिक दृष्टिकोनातून विशद केली आहे. ती थोडक्यात अशी सांगता येईल, 'मंदिर शक्यतो उंच जोत्यावरच

बांधलेले असते. पायऱ्या चढून वर जावे तेव्हा मंदिराचा मंडप येतो. मंदिराच्या भिंतीवर बाहेरून दैनंदिन जीवनातील प्रसंग, मिथ्यकांवर आधारित प्रसंगांमधील देवतांच्या मूर्ती, निसर्गचित्र अशी विविध शिल्पे असतात.

ईश्वरभक्ती आपल्याला या सामान्य जीवनापासून अधिक उंचीवर घेऊन जाते, म्हणून उंच ओट्याची रचना. देवालयात प्रवेश करताना जीवनातील विविध लोभ-मोह सर्व काही त्या भिंतींच्या बाहेरच ठेवून आत शिरावं! सभामंडपात जीवनपाशरूपी स्तंभ आणि नामसंकीर्तनात दंग असे सगे-सोबती असतात; पण यापुढे असते अंतराळ! अंतराळात फक्त आपणच एकटे, सोबत कोणी नाही. अनादी-अनंताची आस धरून आपण पुढे जात असतो. द्वारशाखा आता पार करायची आहे. द्वारशाखा म्हणजे पंचमहाभूतं. मग गर्भगृहात प्रवेश करायचा. मातेच्या गर्भाशयात ज्याप्रमाणे वात्सल्य आणि बाळ यांच्यासाठी जागा असते, तसंच गाभाऱ्यात फक्त भक्तरूपी बालक आणि ईश्वररूपी मातेलाच जागा असते. संपूर्ण मंदिराचा अत्यंत महत्त्वाचा घटक असूनही गाभारा अतिशय लहान असण्याचं हेच कारण असावं. मोक्षप्राप्तीसाठी आराधना करायची तर सोबती, गोतावळा हवाच कशाला? गाभाऱ्यात प्रवेश करताच जाणीव होते, 'इथे असलेला परमेश्वर तर माझ्यासारखा आहे; नव्हे आम्ही दोघं एकच आहोत.' 'सोऽहम्' आणि 'अहम् ब्रह्मास्मि' या भारतीय तत्त्वज्ञानातल्या अद्वितीय अतिउच्च विचारांची दृश्यरूपात कल्पना साकारते ती आपल्या मंदिरात!

मंदिरांचे प्रकार

मंदिरांचे स्थापत्यशैलीनुसार नागर, द्राविड आणि वेसर असे तीन प्रकार पडतात. 'सुप्रभेदागम' या ग्रंथात त्यांचे पदविन्यास (प्लॅन) अनुक्रमे चौरस, अष्टकोन आणि वर्तुळाकार असल्याचे म्हटले आहे. नगर या शब्दावरून नागर हे नाव आले असावे. नगर हा कौटिल्याने वर्णन केलेला गावाचा-शहराचा एक प्रकार आहे. नगर स्थापन करण्यासाठी मंदिरे उभारण्याचा सल्ला त्याने दिलाय. नगराच्या कोणत्या दिशेला कोणाचे मंदिर असावे, याचंही वर्णन केले आहे. वास्तविक, आज आपण मानतो तसे मंदिर ही केवळ धार्मिक वास्तू नाही, कधीच नव्हती. संपूर्ण शहर रचनेचा - टाऊन प्लॅनिंगचा विचार करता मंदिर ही आर्थिक, सामाजिक आणि राजकीयदृष्ट्या महत्त्वाचे केंद्र असलेली वास्तू होती. मंदिराच्या परिसरात बाजार, व्यापारी पेठा, कुशल कारागिरांच्या प्रयोगशाळा किंवा आजच्या भाषेतल्या 'आर्ट गॅलरीज'ही होत्या. नृत्य, नाटक, गायन अशा परफॉर्मिंग आर्ट्सही मंदिराच्या आवारातच शिकवल्या जात.

घरगुती समारंभ जसे नामकरण, उपनयन विवाह वगैरेदेखील मंदिरातच साजरे करण्याची प्रथा होती. त्यासाठी पुढच्या काळात खास दालनं-मंडप उभारले गेले.

नागर, द्राविड, वेसर या प्रमुख शैलींमधूनच प्रांतिक वैशिष्ट्यांचा साज लेवून विविध प्रकारची वैशिष्ट्यपूर्ण मंदिरं घडवली गेली. याच काळात युरोपातही उत्कृष्ट स्थापत्याचे नमुने असणारी चर्चेस उभी राहिली. मात्र, त्यांच्या आणि आपल्या स्थपतिंच्या विचारात मूलभूत फरक दिसतो. युरोपातल्या इमारती अगदी ग्रीक, रोमनदेखील उत्तम तंत्रज्ञान, बांधकामाच्या विविध युक्त्या दर्शवतात. शिल्प, मूर्ती, नक्षीकाम यांचा सुशोभीकरणासाठी वापर केला आहे. भारतात मात्र स्थपतींनी तंत्रापेक्षा स्थापत्य-आर्किटेक्चर हा कलेचा भाग मानला. स्थापत्यातच कलात्मकता, सौंदर्य आणि मुक्त कल्पनांचा वापर केला. त्यामुळे इथे मंदिर स्थापत्य ही कला ठरते. केवळ तंत्रज्ञान आणि आकडेमोड नव्हे.

तीन प्रमुख शैलींचा वापर करून गुजरात-सौराष्ट्र, ओरिसा, मध्य प्रदेश, महाराष्ट्र, कर्नाटकातील उत्तर आणि दक्षिण भाग, मदुराई अशा भागांमध्ये विशेष प्रकारची मंदिरे उभारली गेली. त्यांची प्रांतिक वैशिष्ट्ये ठळकपणे जाणवतात. नागर आणि काही मोजकी द्राविड शैलीवैशिष्ट्ये घेऊन आपली भूमिज शैली आकारास आली. या शैलीचं पहिलं मंदिर ठाणे जिल्ह्यात अंबरनाथ येथे आहे.

'दगडांच्या देशा' असं संबोधन लाभलेल्या महाराष्ट्राला भूमातेनं संपन्न निसर्गाची देणगी दिली आहे. नद्या, जंगलं, डोंगर, ज्वालामुखीजन्य खडक आणि मुबलक खनिजांचं वरदान आपल्याला मिळालय. एवढंच नाही, तर विस्तृत समुद्रकिनाराही लाभला आहे. संपूर्ण देशात उत्तर आणि दक्षिणेला जोडणारा दुवा म्हणून महाराष्ट्राचे स्थान महत्त्वाचे आहे. दोन्ही दिशांचे चांगले गुण प्रत्येक बाबतीत महाराष्ट्राने घेतले आहेत. म्हणूनच जीवनाच्या प्रत्येक क्षेत्रात महाराष्ट्राची खास शैली घडली. ही जडणघडण फार पूर्वीपासून चालू आहे. मंदिर उभारण्याच्या बाबतीत, स्थापत्याच्या संदर्भात ती अगदी स्पष्ट जाणवते.

उत्तर आणि दक्षिणेच्या प्रांतांमध्ये प्रचलित असलेल्या विविध स्थापत्यशैलींचा संगम इथे साधला गेला. त्यात स्वत:च्या प्रतीकांची भर घालून महाराष्ट्राने भूमिज ही मंदिरे स्थापत्यशैली निर्माण केली. पुराव्यासह या प्रकारातलं पहिलं मंदिर आढळतं ते ठाण्याजवळ अंबरनाथला. या मंदिरात शिलाहार राजघराण्याचा शिलालेख कोरलेला आहे. त्यावरून याचा काळ इ.स. १०६० असल्याचे स्पष्ट होते.

जगभरात सर्व धर्मपंथांमध्ये मंदिर ही अत्यावश्यक बाब ठरली आहे. प्रत्येक धर्मात या वास्तूला वेगळी नावे असली तरी उद्देश एकच आहे. पितरांच्या पूजेतून आलेला 'स्मृतिमंदिर' हा एक प्रकार इजिप्तचे पिरॅमिड, भारतातले स्तूप, समाध्या, छत्र्या हे सर्व प्रकार 'स्मृतिमंदिरं' गटातले. दुसरा प्रकार 'सामुदायिक प्रार्थनास्थान.' तेथे

सर्वजण एकत्र प्रार्थना करतात. अशा चर्च, चैत्य, मशिदी, मंदिर या वास्तूंमध्ये एकत्रित प्रार्थना करणं आणि दैवी शक्तीचा वास प्रतीकरूपाने सूचित होतो. तिसरा प्रकार म्हणजे देवालय किंवा देवाचे घर या स्वरूपातली वास्तू. देवाची मूर्ती यात प्रत्यक्ष व्यक्तीप्रमाणे विराजमान असते. राजाप्रमाणेच देवाच्या जीवनाशी निगडित प्रसंग साजरे केले जातात. जेवण-नैवेद्य, झोपणे-शेजघर, मनोरंजन-नृत्य, गायन, नाट्य अशा विविध दैनंदिन गरजांसाठी कल्पनेनुसार स्वतंत्र वास्तूही तयार झाल्या. प्राचीन इजिप्तमध्ये मंदिराचे असे सर्व प्रकार दृष्टीस पडतात.

भारतात हे प्रकार आढळतात. मात्र, आपल्याकडची स्मृतिमंदिरे इजिप्तपेक्षा वेगळी आहेत. वास्तविक, अगदी इतिहासपूर्व काळापासून-अश्मयुगापासून माणूस मूर्तींची पूजा भारतात करताना दिसतो. यात मुख्यत: आदिमातेची, मातीच्या मूर्तींची पूजा होताना दिसते. मात्र, उत्खननामध्ये अशा मूर्तिंसाठी मंदिरे किंवा खास वास्तू असल्याचं अजून तरी आढळलं नाही. उलट घरोघरी अशा देवतांची पूजा व्यक्तिगत पातळीवरच केली जाई. एकत्रित, सामाजिक, सार्वजनिक पातळीवर पूजा-प्रार्थना-उत्सव होत असल्याचे स्पष्ट पुरावे नाहीत. त्यानंतरच्या काळात मात्र निसर्गाच्या विविध घटकांची प्रत्यक्ष पूजा करण्यासाठी यज्ञांची कल्पना केली गेली. खरे तर यात अग्नी हा सर्वात प्रमुख, महत्त्वपूर्ण देव होता. देव आणि मानव यांच्यातला दुवा होता.

व्यक्तिगत पूजांमधूनच पुढे देव-देवतांच्या मूर्तींची एकत्र येऊन पूजा करण्याची, त्यासाठी मंदिरे बांधण्याची पद्धत आली. यातही मंदिरात करण्याचे विधी, पूजा आणि यज्ञ यातला महत्त्वाचा फरक प्रारंभी शिल्लक होताच. यज्ञ व संबंधित विधी, व्यक्तिगत ऋण फेडणे, अर्चना करणे, व्यक्तिगत विकासासाठी करुणा भाकणे हे महत्त्वाचे उद्देश होते, तर मंदिरे आली तेव्हा होणाऱ्या पूजांमध्ये अधिकाधिक लोकांनी आरती करणे, उत्सव करणे अशा बाह्य घटकांवर भर होता.

भारतातील आद्यमंदिरे

प्रारंभी मंदिर लाकूड, विटा, माती यांची बांधली जात. त्यामुळे ती प्रत्यक्ष अवशेषरूपात उपलब्ध नाहीत. मात्र, त्यांचे उल्लेख प्राचीन संस्कृत साहित्यात येतात. उत्खननात सर्वात प्राचीन मंदिरांचे अवशेष मिळाले आहेत ते राजस्थानच्या जयपूर जिल्ह्यात बैरात गावात. बैरातला मौर्य काळातल्या म्हणजेच इ.स. ३००च्या सुमाराला बांधलेले हे मंदिर गोलाकार होते. त्याचा व्यास ८.२३ मीटर होता. लाकूड-विटांचे बांधकाम करून त्यावर चुन्याचा गिलावा दिला होता. या मंदिरात २६ अष्टकोनी लाकडी खांब होते. मंदिर पूर्वाभिमुख असून प्रवेशासाठी दोन लाकडी खांबांचे देवडीसारखे छोटे

दालन होते. प्रदक्षिणेसाठी मंदिराभोवती सुमारे २ मीटर जागा होती. २१ मीटर लांबीच्या व १३.५ मीटर रुंदीच्या आवारात तटबंदीमध्ये हे मंदिर सुरक्षित होते. तटाच्या प्रवेशद्वारापाशीच सभेसाठी खास जागा केली होती.

मध्य प्रदेशातील सांची येथे क्रमांक ४०चे मंदिर हेसुद्धा मौर्यांच्याच काळातले. त्याचे बांधकामसुद्धा बैरातच्या, वर सांगितलेल्या मंदिरासारखेच आहे. हे मंदिर दगडात बांधलेले आहे. येथेही मंदिराभोवती प्रदक्षिणापथ आहे. २६.५ मीटर लांबी आणि १४ मीटर रुंदीच्या आयताकार उंच जोत्यावर हे मंदिर उभे आहे. समोरासमोरच्या दोन बाजूंनी जोत्यावर चढण्यासाठी पायऱ्या आहेत. दगडी बांधकामावर लाकडात वरचा मजला किंवा अन्य नक्षीकाम केले असावे, तसा अंदाज करण्यायोग्य सोयी दिसतात; पण काळाच्या ओघात लाकडी मजला नष्ट झाला आहे. नंतरच्या काळात या मंदिराच्या पायाची बैठक विस्तारण्यात आली. ऐसपैस मंडप उभारला गेला. त्याला पाच रांगांमध्ये दहा खांब असून एका बाजूला पायऱ्या आहेत.

सांचीला असलेले १८ क्रमांकाचे मंदिरदेखील दगडी बांधणीचे आहे. येथेही वरचा मजला लाकडाचा असावा. मुळात इ.स. दुसऱ्या शतकात उभारलेले हे मंदिर इ.स. ७-८ व्या शतकापर्यंत सुस्थितीत आणि पूजेत होते.

राजस्थानच्या उदयपूर जिल्ह्यात नगरी गावात संकर्षण वासुदेवाचे मंदिर आहे, तर सांचीजवळ बेसनगर या गावातही असेच विष्णूचे मंदिर आहे. भारताच्या आद्य मंदिरांपैकी एक असलेल्या बेसनगरच्या विष्णू मंदिरासमोर एक गरुडस्तंभ आहे. त्यावर शिलालेख कोरलेला आहे. भारताच्या इतिहासातील सर्वात महत्त्वाच्या शिलालेखांपैकी हा एक. ग्रीक राजाचा राजदूत हेलिओडोरस भारतात कामावर रुजू झाला. इथल्या तत्त्वज्ञान, धर्म आणि संस्कृतीमुळे तो प्रभावित झाला. त्याने वैष्णव-भागवतधर्म स्वीकारला आणि हे मंदिर उभारले. त्याचाच शिलालेख या गरुडस्तंभावर आहे. बेसनगरच्या या विष्णू मंदिराचा आकार लंबवर्तुळासारखा आहे. दगड आणि लाकूड ही माध्यमे वापरून हे मंदिर उभारले गेले.

उत्तर आणि मध्य भारताप्रमाणेच दक्षिणेतही आद्य मंदिरांचे स्वरूप लाकूड आणि दगडाचा बांधकामासाठी वापर आणि घुमटाकार शिखर असेच होते. आंध्र प्रदेशात गुंटूर जिल्ह्यात नागार्जुनकोण्डा या ठिकाणी फार मोठ्या प्रमाणात उत्खनन केले गेले. इथे इ.स. २०० च्या काळातली शिव आणि कार्तिकेयाची मंदिरे आढळली आहेत. ही बांधकामे इक्ष्वाकू राजांच्या काळात झाली. इथे मोठ्या प्रमाणात बौद्ध स्तूपांची उभारणीही झाली.

सांची काय आणि नागार्जुनकोण्डा काय, संपूर्ण भारतात हिंदू आणि बौद्ध अशा सर्वच लोकांनी एकत्रितपणे धार्मिक ठिकाणांची उभारणी आणि विकास केला. यात

व्यापारी महत्त्व, प्रवासाच्या सोयी आणि प्रशस्त राजमार्ग यांचा वाटा मोठा आहे. मंदिर असलेल्या गावी, धार्मिक महत्त्व असल्यामुळे नंतरच्या काळात बौद्ध स्तूप उभारले गेले. विशेष म्हणजे दोन्ही धर्मांचे भक्त सहजतेने वावरत असत. दानधर्मही करत. त्यांच्यात मतभेद असल्याचा उल्लेख नाही. सर्वच प्राचीन राजांनी दोन्ही धर्मसंस्थांना संरक्षण, निधी व सोयी पुरवल्या. शिलालेख व ताम्रपटांमध्ये त्यांचे स्पष्ट पुरावे उपलब्ध आहेत.

महाराष्ट्रही याला अपवाद नाही; पण महाराष्ट्रातली मंदिरे म्हटली की, आपल्या नजरेसमोर उभा राहतो फक्त हेमाडपंत. इथली सगळी मंदिरं त्यानंच बांधली, असं समजून आपण 'हेमाडपंती मंदिर' असा प्रत्येकच मंदिराचा उल्लेख करू लागतो. कधी कधी त्याचा उच्चार 'हेमाडपंथ' असा करून अजून एक चूक करतो. महाराष्ट्रातील मंदिरांबाबत आपल्याला शास्त्रीय माहिती नसण्याचेच हे लक्षण आहे.

आधी जरा माहिती घेऊ हेमाडपंत या व्यक्तीची. महाराष्ट्रात यादव घराण्याच्या राजांचे राज्य होते. त्यातले महाराज रामचंद्र यादव यांच्या पदरी हेमाद्री हा सेनापती होता. त्याने लिहिलेला 'चतुर्वर्ग चिंतामणी' हा ग्रंथ उपलब्ध आहे. हेमाद्री फार धार्मिक वृत्तीचा होता, तसाच पराक्रमीही होता. अनेक ठिकाणच्या मंदिरांचा जीर्णोद्धार करण्यात, तर काही ठिकाणी नवी मंदिरे उभारण्यात त्याचा महत्त्वाचा वाटा असावा. या सगळ्या घडामोडी १२-१३व्या शतकातल्या; पण पहिले 'मराठी शैली'चे मंदिर सापडलेय अंबरनाथला! ठाण्याच्या जवळचं अंबरनाथ, आपल्याला सहज पोहोचता येईल असं हे अंबरनाथचं मंदिर इ.स. १०६० मध्ये उभारलेलं आहे.

महाराष्ट्रातील आद्यमंदिरे

महाराष्ट्रात मोठ्या प्रमाणात दिसणारी मंदिरांची शैली म्हणजे 'भूमिज शैली' त्यामुळे या मंदिरांचं वर्णन आपण 'हेमाडपंती' असे न करता 'भूमिज मंदिर' असे करायला हवे. महाराष्ट्राआधी या शैलीचे काही प्रयोग मध्य प्रदेश, गुजरात या शेजाऱ्यांच्या सीमा भागातही झाले. महाराष्ट्रातही मराठवाड्यात भूमिज मंदिरांची संख्या सर्वाधिक आहे. असं असलं तरी भूमिज शैली काही अगदी प्रारंभापासून आढळत नाही. महाराष्ट्रातली सर्वांत प्राचीन मंदिरेदेखील सांचीप्रमाणेच होती. गुप्त हे मध्य भारतातले राजे. या राजघराण्याची तेजस्वी राजकन्या प्रभावती हिचा विदर्भाचा राजा रुद्रसेन वाकाटक याच्याशी विवाह झाला. तिच्याच काळात विदर्भात रामटेक, मांढळ, मनसर, नागरा इत्यादी ठिकाणी मोठ्या प्रमाणात मंदिरे उभारली गेली. इ.स. १९८०च्या दशकात या प्राचीन स्थानांच्या गावी उत्खनने झाली. यात विटांनी बांधलेल्या

इ.स. ४०० ते ५०० मधल्या मंदिरांचे पदविन्यास – प्लॅन्स आणि भग्न अवशेष सापडले आहेत. विटांची असल्यामुळे ही मंदिरे निसर्गाचे आणि माणसाचे तडाखे अधिक काळ सोसू शकली नाहीत.

यापैकी नागपूरजवळ रामटेक येथे नरसिंहाची दोन आणि विष्णूचं एक अशी तीन प्राचीन मंदिरं पुरातत्त्व खात्यानं जतन केली आहेत. नरसिंहाच्या दोन्ही मंदिरांचं बांधकाम, रचना आणि गाभाऱ्यातील मूर्ती यांच्यात कमालीचा सारखेपणा आहे. कमी उंचीच्या ओट्यावर आयताकार खोलीप्रमाणे बांधलेली ही मंदिरं दगडी आहेत. आत चार चौरस खांब असलेला छोटा मंडप आणि गाभारा समोरच दिसतो. आपल्या दुप्पट उंचीचा बसलेला नरसिंह. एक पाय मांडी घालतो तसा जमिनीवर ठेवून दुसऱ्या पायाचा गुडघा वर उचलून तळपाय जमिनीवर टेकवला आहे. गुडघ्यावरून उजवा हात ताठ ठेवलाय. या हातात सुदर्शन चक्र आहे; पण ते जमिनीवर टेकवून उभे केलेय. अशा या रुबाबदार, भव्य, बलदंड, पिळदार शरीरयष्टीच्या नरसिंहाचं मंदिर अगदी साधं आहे. अजिंठ्याला दिसणाऱ्या यक्षप्रतिमांसारख्याच यक्षप्रतिमा इथेही मंदिराच्या बाहेरच्या भिंतीवर कोरलेल्या दिसतात.

प्रभावती गुप्त या रुद्रसेन वाकाटक राजाच्या राणीनं यातील एक मंदिर आपल्या पतीच्या स्मरणार्थ उभारलं. तिने या मंदिराला 'रुद्र नरसिंह' असं नाव दिलं. तिच्या मृत्यूनंतर तिचा मुलगा आणि मुलगी यांनी 'प्रभावती स्वामीन् नरसिंह' असं नाव देऊन हुबेहूब पहिल्यासारखंच दुसरं मंदिर उभारलं. या सर्व घडामोडींची नोंद करणारा शिलालेखही कोरला. दगडाची असल्यामुळे ही दोन्ही मंदिरे शिल्लक राहिली आहेत. मांढळ, पवनार, मनसर, नागरा या ठिकाणी मात्र केवळ जुन्या विटांच्या मंदिरांचे प्लॅन्सच शिल्लक आहेत.

अशाच प्रकारची मंदिरे मराठवाड्यात आढळली आहेत. तेरणा नदीच्या काठावर उस्मानाबाद जिल्ह्यातील तेर हे एक छोटसं गाव. वैभवशाली इतिहास असणाऱ्या तेरमध्ये उत्तरेश्वर, कालेश्वर आणि त्रिविक्रम ही विटांनी बांधलेली मंदिरं पाहायला मिळतात. त्रिविक्रम मंदिर लोकवस्तीच्या मध्यभागी असून त्याच्या उत्तरेला कालेश्वर आणि पश्चिम दिशेला उत्तरेश्वर मंदिर आहे.

त्रिविक्रम मंदिर छोट्या प्राकारात उभारलेले आहे. गर्भगृह आणि गूढमंडप अशी बौद्ध मंदिरांप्रमाणे याची रचना आहे. वेरूळच्या विश्वकर्मा लेण्याची इथे आठवण होते. आयताकार मंडप आणि त्याचा समोरचा भाग अर्धवर्तुळाकार आहे. या गोलाकार भागातच गर्भगृह आहे. या मंदिराचा दर्शनी भाग, गजपृष्ठाकार म्हणजे हत्तीच्या पाठीप्रमाणे गोलाकार छत, एकमेकींना छेदणाऱ्या तुळया भिंतीत बसवलेले चौकोनी खांब यांचे

विश्वकर्मा लेण्याशी साधर्म्य आहे. प्रवेशद्वाराच्या वर अर्धगोलाकार झरोकाही विश्वकर्मा लेण्याप्रमाणेच केल्याचे दिसते. या झरोक्यामुळे मंदिरात मुबलक हवा खेळती राहते आणि उजेडही येतो. त्रिविक्रम मंदिर पूर्वाभिमुख असल्यामुळे सकाळची कोवळी रविकिरणे गाभाऱ्यापर्यंत पोहोचण्यासाठी या झरोक्याचा उपयोग होत असणार. सध्याच्या काळात या अर्धगोल झरोक्यात मारुतीची प्रतिष्ठापना केली आहे.

त्रिविक्रम मंदिरासाठी वापरलेल्या विटा, चिकणमातीसारख्या घट्ट चिखलापासून साच्यात बनवलेल्या आहेत. १७ इंच लांब ९ इंच रुंद आणि ३ इंच उंचीच्या या भक्कम विटांच्या भिंती आणि छत बांधले आहे. दगडी लेण्यांच्या कोरीवकामात किंवा दगडी बांधीव मंदिरांमध्ये कपोत हा वैशिष्ट्यपूर्ण नक्षीचा भाग असतो. छत आणि भिंत वरच्या बाजूला जुळतात तिथे आपण घरांना, झोपड्यांना पावसाचं पाणी वाहून जाण्यासाठी पन्हाळी लावतो. त्याच जागेवर गोलाकार वळलेले, विविध नक्षीने सजलेले कपोत असतात. इंग्रजीत याला कॉर्निस म्हटले जाते. त्रिविक्रीम मंदिराला असे साच्यात घडवलेले कपोत बसवले आहेत.

तेरचं हे त्रिविक्रम मंदिर कोणत्या कालखंडात बांधलं गेलं असेल, याबाबत तज्ज्ञांमध्ये एकमत नाही; पण वेरूळचं विश्वकर्मा लेणं आणि त्रिविक्रम मंदिर यांच्या नक्षी, प्रवेशद्वार आणि रचना यांच्यात लक्षणीय साम्य आहे. त्यामुळे कदाचित आधी विटांमध्ये हे मंदिर बांधून त्याच मॉडेलवर आधारित लेणं कोरलं गेलं असावं, असं म्हणता येईल, बहुतेक!

उत्तरेश्वर मंदिरदेखील मोकळ्या प्राकारात उभारले आहे. त्रिविक्रम मंदिराच्या विटांपेक्षा थोड्या लहान आकाराच्या विटांनी बांधलेल्या या मंदिराच्या लाकडी तुळया आणि दरवाजांच्या चौकटींचे अवशेष बघायला मिळतात. सुरुवातीला फक्त गर्भगृह व त्याला लागून मुखमंडप–पोर्च एवढेच या मंदिराचे स्वरूप होते. दगडी मंडप नंतरच्या काळात उभारला गेला. बरीच पडझड झालेली असली तरी अवशेषांवरून शिखराची कल्पना येते. मुखमंडपाच्या सपाट लाकडी छतापासून शिखर सुरू होतं. मंदिराच्या भिंतीवर बाहेरच्या बाजूने दगडी नक्षीदार खांब, देवळ्या यांनी सुशोभन करण्याचा प्रयत्न केला आहे. देवळ्यांचा वरचा भाग नक्षीदार मकर कोरून सजवला आहे.

गाभाऱ्याची लाकडी कोरीव चौकट लक्षवेधी आहे. पूर्ण उठावात कोरलेल्या लहान लहान देवप्रतिमांनी सजलेली ही चौकट आकर्षक आहे. प्रवेशद्वाराला आपण दोन्ही बाजूंना उभ्या पट्ट्यांमध्ये विशिष्ट कोरीव काम केलेलं नेहमीच बघतो. या उभ्या पट्ट्यांमध्ये कधी फुलं, कधी वेली, पानं, चौकट आकाराची नक्षी, कोठे माणसांच्या प्रतिमा कोरलेल्या दिसतात. या उभ्या पट्ट्यांना शाखा म्हणतात. पंचशाखीय प्रवेशद्वार, सप्त शाखा, नवशाखा, द्विशाखा प्रवेशद्वारही काही मंदिरांमध्ये दिसते. नक्षीप्रमाणे त्या

त्या शाखांची नावं असतात. जसे पुष्पशाखा, लताशाखा, पत्रशाखा, रत्नशाखा वगैरे. उत्तरेश्वराच्या या मंदिरातल्या गर्भगृहाच्या दारावर देवशाखा आहे. दाराच्या दोन्ही बाजूंना उभ्या पट्ट्यात उपदेवतांसह विविध देव-देवतांच्या प्रतिमा कोरल्या आहेत. येथे पंचशाखांचे प्रवेशद्वार आहे. पहिल्या देवशाखेनंतर स्तंभशाखा किंवा प्रमुख दाराची चौकट, तिसऱ्या शाखेत भक्तांची जोडपी किंवा मिथुन कोरले आहेत. चौथी व्यालशाखा आहे. व्याल म्हणजे विविध प्राणी आणि सिंह यांचा काल्पनिक संयुक्त प्राणी. या व्यालांच्या रांगेनंतर वर्तुळशाखा दिसते. पाच शाखा असल्याने नंदिनी प्रकारचे हे ज्येष्ठ द्वार म्हणता येईल. प्रवेशद्वारावरच्या आडव्या तुळईवर मोठ्या उठावदार कपोतामध्ये बसलेल्या देवतेची एक प्रतिमा कोरलेली आहे. वरच्या उत्तरांगावर पाच प्रमुख देवतांच्या सुंदर प्रतिमा कोरल्या आहेत.

तेरमधलं तिसरं महत्त्वाचं मंदिर म्हणजे कालेश्वर मंदिर. याची सर्वाधिक पडझड झाली आहे. तेरणा नदीकाठी असलेल्या मंदिराचं शिखर खास द्रविड शैलीचं आहे. विजापूर जिल्ह्यातल्या पट्टदकल येथे द्रविड आणि नागर शैलीची मंदिरं एकाच ठिकाणी उभारलेली आहेत. यापैकी द्रविडशैलीचं विरूपाक्ष मंदिर हे सर्वाधिक उल्लेखनीय आहे. त्याच्या शिखराशी कालेश्वर मंदिराचं साम्य लगेच लक्षात येतं. तसंच वेरूळच्या कैलास लेण्याचं शिखरही असंच असल्याचं दिसतं. आज गाभाऱ्यात शिवलिंगाची प्रतिष्ठापना केलेली असली तरी हे मुळात विष्णू मंदिर असावे. प्राकाराच्या व गाभाऱ्याच्या दारावर गरुड प्रतिमा कोरली आहे. त्यावरून मूळ विष्णू मूर्तीच्या जागी नंतरच्या काळात शिवलिंग बसवल्याचे स्पष्ट होते.

इ.स. ६१० पर्यंत मराठवाडा-खानदेश भागात कलचुरी घराण्याचं राज्य होतं. विटांची रचना, आकार, मंदिराची शैली यावरून राष्ट्रकूटांच्या आधीच्या काळातलीच ही मंदिरे असणार, हे स्पष्ट होतं. यांना समकालीन अशी विटांचीच मंदिरे राजस्थान, मध्य प्रदेश आणि बंगालमध्ये आढळली आहेत. कोल्हापूर येथे केलेल्या उत्खननातही इ.स. १९४६ मध्ये असेच विटांचे बांधीव मंदिर भग्न स्वरूपात आढळले.

विदर्भात दगडाचा पाया आणि वर विटांची भिंत अशा स्वरूपात काही मंदिरे बांधली गेली, तर रामटेकसारखी पूर्णत: दगडाची मंदिरेही बांधली गेली. त्यांचा काळ तेरच्या मंदिरांच्या साधारण शंभर-दीडशे वर्षे आधीचा म्हणता येईल. तेरच्या मंदिरांना आपण विश्वकर्मा लेणं, कैलास मंदिर लेणं यांच्या प्रयोगाची पहिली पायरी मानायला हरकत नाही. ही विशिष्ट रचना घडवल्यानंतर मंदिर कसे दिसेल, लेण्याचं स्वरूप कसं होईल, याची थोडी तरी कल्पना यावी म्हणून ही 'मॉडेल्स' कलाकारांनी बनवली असतील का, असाही विचार मनात डोकावतो.

कलचुरींच्या नंतर राष्ट्रकूट राजघराण्याचा अंमल महाराष्ट्राच्या विस्तृत प्रदेशावर सुरू झाला. राष्ट्रकूटांच्या काळातही बांधीव मंदिरांपेक्षा कोरीव लेण्यांना अधिक उत्तेजन मिळालं. इ.स. पूर्व काळात आणि इ.स.च्या दुसऱ्या-तिसऱ्या शतकापर्यंत महाराष्ट्रात मोठ्या प्रमाणावर लेणी कोरली गेली. बौद्ध धर्मात भिक्षूंना वर्षावासासाठी कोरीव लेण्यांमध्ये राहणं सोईचं असे. वर्षभर धर्माची शिकवण तत्त्वज्ञान यांचा प्रसार-प्रचार करत देशभर पदयात्रा करणाऱ्या भिक्षूंना पावसाळ्यात शांत, रम्य; पण गावकुसाबाहेरच्या ठिकाणी राहावं लागे. या गरजेतून अप्रतिम लेण्यांची निर्मिती झाली. भारतात सुमारे बाराशे कोरीव लेणी आहेत. त्यापैकी नऊशेहून अधिक महाराष्ट्रात आहेत. इ.स. पूर्व तिसऱ्या शतकापासून हे कारागीर कार्यरत असावेत. विदर्भातली आणि तेरची मंदिरं ही महाराष्ट्रातली प्रारंभीची बांधीव मंदिरं, त्यांची निर्मिती होण्याच्या काळात बौद्ध धर्माची लोकप्रियता थोडी कमी होऊ लागली होती. राजघराण्यांनी हिंदू धर्माला अधिक उत्तेजन दिलं.

शिवाय कोरीव लेण्यांच्या विकासाचा सर्वोच्च मानदंड म्हणजे कळसापासून पायापर्यंत एका दगडातून कोरून काढलेलं कैलास मंदिर लेणं कारागिरांनी घडवलं. इतकी अप्रतिम सर्वोच्च कलाकृती घडवल्यानंतर कोरीव लेण्यांच्या क्षेत्रात पुन्हा सर्वसाधारण दर्जाचं काम करण्यात कलाकारांना कदाचित रस वाटला नसेल. आता बांधीव मंदिरांचे आव्हान त्यांना खुणावू लागले. मुख्य म्हणजे हिंदू धर्माला पुन्हा राजाश्रय प्राप्त झाला. मंदिरात उपासना करणाऱ्यांची संख्या वाढली. अर्थातच मंदिरांची मागणी वाढली. तरीही राष्ट्रकूटांच्या काळात लेण्यांकडेच अधिक कल होता.

महाराष्ट्रात राष्ट्रकूटानंतर दहाव्या शतकाच्या उत्तरार्धात – अकराव्या शतकापासून मंदिरउभारणीने पुन्हा जोर धरला. मंदिरांचा काळ ठरवण्यासाठी त्याचे स्थापत्य, मूर्ती, नक्षीकामाची पद्धत यांची मदत घ्यावी लागते. फारच कमी मंदिरांमध्ये शिलालेख आढळले आहेत. शिलालेखात मंदिरे उभारणीचा काळ, त्यासाठी दान देणाऱ्या व्यक्ती किंवा राजा यांची माहिती असते. त्यावरून नक्की कोणत्या काळात; वर्षात मंदिर उभारले गेले याची स्पष्ट कल्पना येते.

असा व्यक्तिगत उल्लेख असलेलं पहिलं मंदिर इ.स. १०६० मध्ये उभारलेलं अमरनाथ किंवा अंबरनाथ हे ठाणे जिल्ह्यातलं शिवमंदिर. शिलाहार राजघराण्याचा शासक मामवाणीराज किंवा मुम्मुणी याने हे मंदिर उभारलं. शिलालेखात त्याचा काळ शके ९८२ असा दिला आहे. म्हणजेच इ.स. १०६० मध्ये हे मंदिर उभारले गेले. भूमिज शैलीचं हे पहिलं मंदिर आहे.

अंबरनाथचं शिवमंदिर पश्चिमाभिमुख आहे. त्याचा तलविन्यास-प्लॅन ताऱ्याच्या आकाराचा आहे. पत्त्यातला चौकट हा आकार आपल्याला ठाऊक आहे.

असा छोटी चौकट म्हणजे गाभारा, तर त्याच्या पुढे टोकाला टोक जोडून दुसरी मोठी चौकट म्हणजे सभामंडप अशी मूळ रचना आहे. बाहेरून तळापासूनच लहान लहान कोनांची रचना शिखरापर्यंत चढत जाताना अनेक प्रकारच्या मूर्तींसाठी जागा तयार झाली. काही ठिकाणी उजेड, तर आतल्या भागावर सावली येते. त्यामुळे मंदिराच्या बाह्य भिंतीवर छाया-प्रकाशाचा मनोहारी खेळ नेहमीच दिसतो.

जोत्यावर एकेका स्तरात नक्षीकाम केलेलं दिसतं. मंदिराला तीन प्रवेशद्वारं आहेत. प्रत्येक दारासमोर एक छोटा मुखमंडप आहे. 'जोतं' म्हणजेच ओटा. याला मंदिरस्थापत्याच्या भाषेत म्हणायचं अधिष्ठान. बंगल्याच्या किंवा एखाद्या इमारतीच्या प्रवेशद्वारापाशी पोर्च असतो. त्यालाच इथे मुखमंडप म्हणतात. तीनही प्रवेशद्वारांवर गजानन कोरलेले आहेत. दाराच्या बाजूला नक्षीच्या चौकटी क्रमाने कोरलेल्या दिसतात. त्यांना द्वारशाखा म्हणतात. द्वारशाखांच्या मधोमध आपल्या डोक्यावर येणाऱ्या स्थानावर एखाद्या देवाची छोटीशी प्रतिमा कोरलेली दिसते. या स्थानाला 'द्वार ललाटबिंब' म्हणतात. या तीनही मुखमंडपाचं छत सपाट म्हणजेच 'समतल' आहे. आतल्या मंडपात चारही बाजूंना खांबांच्या दोन रांगा दिसतात. चार प्रमुख खांबांनी छत तोलले आहे. या मधल्या गोलाकार छताची रचना एककेंद्री वर्तुळाची मालिका असल्याप्रमाणे दिसते. एकाच बिंदूभोवती मोठी होत जाणारी वर्तुळं काढली तर कसे दिसेल? तशीच रचना इथे छताची दिसते. या प्रकाराला 'सभापद्म' प्रकारचे छत म्हणतात. या गोलाकार रचलेल्या दगडांना फुलाचा आकार दिला आहे. म्हणून त्याला 'सभापद्म' म्हणायचं.

इथे मंडप बंदिस्त असल्यामुळे त्याला 'गूढमंडप' म्हणायचं. गूढमंडपातून पुढे गेल्यावर अंतराळ येते. येथे दोन्ही बाजूंना भिंतींत दोन देवळ्या दिसतात. भिंतीवर खांब, कमान अशा सजलेल्या कोनाड्यांत मूर्ती कोरलेल्या दिसतात. त्या कोनाड्यांना देवकोष्ठ म्हणतात. मंडप आणि गाभारा यांच्यामधला भाग म्हणजे अंतराळ. अंबरनाथच्या अंतराळातील भिंतीवर देवकोष्ठ असले तरी मूर्ती नाहीत. अंतराळाचे छत सपाट आहे. नक्षीदार द्वारशाखांनी गाभाऱ्याचं दार सजलंय. द्वारललाटबिंब म्हणून इथेही गणेशच दिसतो. त्यावर असणारा भाग म्हणजे 'उत्तररांग'. इथे उत्तरांगावर शिव आणि इतर देव-देवता कोरलेल्या दिसतात. उंबरठ्याला म्हणायचं 'मंडारक'. गाभाऱ्याच्या मंडारकावर कीर्तिमुख कोरले आहे. मंडारकासमोर अर्धचंद्रासारखी पायरी असल्यामुळे त्याला अर्धचंद्रशिला म्हणायचं. गाभारा अगदी साधा आहे. कोणतेही नक्षीकाम गाभाऱ्याच्या भिंतीवर दिसत नाही. काही पायऱ्या उतरून गेल्यावर जमिनीतील स्वयंभू शिवलिंगाचे दर्शन होते.

अंबरनाथचे शिवलिंग तिथल्याच जमिनीतून वर आल्यामुळे ते स्वयंभू आहे. ज्याच्यावर शिवाचे चेहरे कोरलेले असतात. त्याला 'मुखलिंग', तर उभ्या रेषा कोरलेल्या असतात. त्याला 'धारालिंग' म्हणायचं.

बाहेरच्या बाजूने पाहिले तर मंदिर किती योजनापूर्वक कोरलंय हे कळतं. जोत्यावर एकेका थरात नक्षीकाम केलंय. आज शिखर भग्नावस्थेत आहे. तरीही पूर्वी ते किती उत्तुंग आणि नक्षीदार असेल याची सहज कल्पना येते. मंडपावरच्या शिखराचा आकार पिरॅमिडप्रमाणे कोनासारखा आहे. याला 'संवरण' असं म्हणतात.

अंबरनाथच्या मंदिराची दोन प्रमुख वैशिष्ट्यं आहेत. एक म्हणजे त्याचा ताऱ्याच्या आकाराचा प्लॅन. या प्रकारचा प्लॅन नंतरच्या काळात महाराष्ट्रातील भूमिज मंदिरांचं वैशिष्ट्यच बनले. सिन्नरच्या गोंदेश्वर मंदिराचा प्लॅनही असाच आहे. अशा रचनेमुळे गाभारा अगदी लहान आणि मंडप चांगला मोकळा, मोठा बनतो. तीन प्रवेशद्वारं करणंही सोपं होतं.

दुसरं वैशिष्ट्य म्हणजे शिखर. कोरीव नक्षीकामाने नटलेल्या शिखराच्या चार कोनांकडे बघा. तिथे खांबाप्रमाणे कोरीव काम केले आहे. दुरून बघितल्यावर ते खांबच वाटतात. महाराष्ट्रात नंतरच्या काळातील मंदिरांमध्ये या खांबांना अधिक नक्षीदार सुंदर केले गेले. यांच्या सरळसोट स्वरूपाऐवजी मुख्य शिखरांच्या प्रतिकृती एकावर एक कोरल्या गेल्या. चारही कोपऱ्यांवर अशी सुंदर छोट्या छोट्या शिखरांची माळ दिसू लागली. नंतरच्या काळात सिन्नर, सातगाव, बलसाणे अशा अनेक ठिकाणच्या मंदिरांवर असेच शिखर कोरले गेले. आपल्या गावात, गावाजवळच असलेल्या एखाद्या जुन्या मंदिरात अशी काही वैशिष्ट्यं सापडतात का, हे आपल्याला आता तपासता येईल, नाही का!

अंबरनाथच्या मंदिरावर बाहेरून सुंदर मूर्ती कोरल्या आहेत. यात आपल्याला सहज ओळखता येईल अशी आहे, महाकाली; अक्राळविक्राळ आन् भीतिदायक! चार मुखांचा ब्रह्मदेवही इथे दिसतो. ब्रह्मदेवाचे चौथे मुख मागच्या बाजूला असल्यामुळे समोरून फक्त तीनच मुखं दिसतात.

पुढच्या एका देवळीत शंख, चक्र, गदा, पद्म हातात असलेला, उंच मुकुट डोक्यावर घातलेला तो विष्णूच असणार नाही का? उग्र स्वरूपाची, अनेक शस्त्रे धारण करणारी दुर्गा म्हणजे आदिमायेचे संहारक रूप. दुष्टांना मारून सज्जनांना तारणारी! आपल्या सर्वांचा आवडता मूषकवाहन गणेशही इथे दिसतो. सर्वात वेगळी मूर्ती आहे, गजासूर वध शिव! एक भयंकर राक्षस गजाच्या – हत्तीच्या रूपात शंकरावर चालून आला. त्याला मारून शिवाने त्याचे कातडे फाडले. नुसते फाडले नाही, तर दोन्ही हात उंचावून

ते शालीसारखे डोक्यामागे ताणून धरले. या मूर्तीत हात उंचावून कातडे धरलेला, त्रिशूल डमरूधारी शिव दिसतो!

मंदिराच्या बाहेरच्या बाजूने अशा मूर्ती कोरून कलाकार देवाचे श्रेष्ठत्व आपल्या मनावर ठसवत असतो. सर्व वाईटांचा, मग ते कोणत्याही रूपात असो नक्कीच नाश होईल, हेच कलाकार पटवून देत असतो. मंदिरात बरेचदा गाभाऱ्यातली मूर्ती उपलब्ध नसते. मग हे मंदिर कोणत्या देवाचं असेल हे कसं ओळखणार? त्यासाठी मंदिरावर बाहेरून कोरलेल्या मूर्ती मदतीला येतात. गणेश, कालिमाता, चामुण्डा, महिषासूरमर्दिनी, पार्वती, कार्तिकेय असे शिव परिवारातले देव-देवता जास्त प्रमाणात दिसत असतील तर ते शिवमंदिर असणार किंवा वैष्णव परिवार देवता म्हणजे लक्ष्मी, दशावतार, हनुमान, गरुड वगैरे मंडळींची मांदियाळी म्हणजे हे विष्णू मंदिर असणार, हे ओळखता येतं.

अंबरनाथच्या शिवमंदिराच्या अधिष्ठानावर कीर्तिमुख, हत्ती वगैरे थरांची नक्षी आहे. मंदिराची भिंत अधिष्ठानाच्या वरचा भाग - त्याला नाव आहे मंण्डोवर. यावर 'उपान' पद्धतीची नक्षी आहे. दोन प्रकारचे नक्षीचे स्तर विलग दाखवण्यासाठी दगडी वळ्यांच्या रूपात उपान दिसते. या उपानावर पद्म कुंभ, मिथुन अशा लहान लहान प्रतिमा कोरलेल्या आहेत. यावरचा भाग म्हणजे 'जंघा.' यावर शिवाच्या तसेच ब्रह्मा, विष्णू, दुर्गा, गणपती इत्यादी देवतांच्या आकर्षक मूर्ती कोरलेल्या आहेत. गाभाऱ्याच्या तीन भिंतींवर बाहेरून महाकाली, महेश आणि गजासुरवध शिवमूर्ती असल्याचं आधी सांगितलंच आहे. छोटे खांब असलेल्या देवकोष्ठांमध्ये या सर्व मूर्ती बसवलेल्या आहेत.

उभ्या पट्ट्यांची-खांबांची रचना असलेले शिखर आज भग्नावस्थेत आहे. त्यावर घोड्याच्या नालाप्रमाणे अर्धवर्तुळाकार नक्षी कोरलेली आहे. शिखराच्या पुढे हत्तीच्या पाठीप्रमाणे दिसणारा छताचा भाग आहे. याला 'महानासिका' किंवा 'शुक नास' म्हणतात. शुकनासावर उत्तर आणि दक्षिण बाजूला देवळ्यांमध्ये काही मूर्ती कोरलेल्या आहेत.

अंबरनाथच्या शिखर आणि तलविन्यास या दोन महत्त्वाच्या गोष्टींचा प्रभाव पुढील बऱ्याच भूमिज मंदिरांवर पडलेला दिसतो. दोन शंकरपाळी - डायमंड आकाराचे चौकोन, टोकाला टोक जोडून समोरासमोर ठेवल्याप्रमाणे दिसणारा आराखडा हे एक वैशिष्ट्य; तर दुसरे म्हणजे शिखर. उभे खांब कोरल्यामुळे भव्यतेचा, उंचीचा आभास अधिकच गडद होतो. पुढच्या काळात या खांबांच्या जागी शिखराच्या छोट्या छोट्या प्रतिकृती कोरल्या जाऊ लागल्या. त्यांचा परिचय पुढील पानांमध्ये आपण करून घेणारच आहोत.

महाराष्ट्रात मंदिर निर्मिती करणाऱ्यांमध्ये शिलाहार, कल्याणीचे चालुक्य आणि यादव या राजघराण्यांचा मोलाचा वाटा आहे. इ.स. १२७१ ते १३१० या काळातल्या

महादेव आणि रामचंद्र या यादव घराण्यातल्या राजांचा पंतप्रधान हेमाडपंत किंवा हेमाद्री हा होता. त्याच्या काळात काही मंदिरं बांधली गेली. काही जुन्या मंदिरांचा जीर्णोद्धार झाला. त्याच्या अडीचशे-तीनशे वर्षे आधी घडवलेली अनेक कलात्मक मंदिरे महाराष्ट्रात आहेत. त्या सर्वांनाच अज्ञानापोटी आपण आजवर हेमाडपंती म्हणत आलो!

स्थापत्यशास्त्राच्या दृष्टीने महाराष्ट्रातील मंदिरांची विभागणी ढोबळमानाने पुढीलप्रमाणे केली आहे. (१) तेर येथील मंदिरे, (२) चालुक्य मंदिरे, (३) यादवकालीन मंदिरे.

तेर आणि तशीच विदर्भातली मंदिरे यांचा परिचय आपण थोडक्यात करून घेतला आहे. आता चालुक्य मंदिरांकडे वळायचे आहे. त्या आधी हे चालुक्य म्हणजे कोण, याची माहिती असणं आवश्यक आहे. शिवाय त्यांच्या कारकिर्दीत बांधल्या गेलेल्या मंदिरांची थोडक्यात, ढोबळमानानं सांगता येतील अशी काही वैशिष्ट्यंही समजली पाहिजेत.

कर्नाटक आणि महाराष्ट्रात इ.स.नाच्या पाचव्या शतकात चालुक्य घराण्याची सत्ता प्रस्थापित झाली. बादामी आणि कल्याणी या दोन ठिकाणी त्यांच्या दोन शाखा निर्माण झाल्या. हे दोन प्रमुख आणि त्यांचे इतर चुलत बंधू गुजरात, आंध्र वगैरे भागात असल्याचे पुरावे सापडतात. संस्कृत आणि कन्नड भाषांमध्ये उत्तम साहित्यनिर्मिती करण्यास त्यांनी उत्तेजन दिले. 'वराह' हे त्यांचे राजचिन्ह - रॉयल एम्ब्लेम होते. जगप्रसिद्ध चिनी प्रवासी युआनच्वांग याने चालुक्य राज्याचा दौरा केल्याचा उल्लेख केला आहे. त्याच्या वर्णनावरून आणि अनेक ताम्रपट शिलालेखांवरून चालुक्यांबाबत माहिती मिळते.

इराणचा राजा खुसरौ दुसरा याचा चालुक्य पुलकेशी दुसरा याच्याशी पत्रव्यवहार होता. त्यांच्यात राजदूतांची देवघेवही झाली होती. एका फारसी बखरीत हा उल्लेख सापडतो. आजवर चालुक्यांची नाणी मात्र सापडलेली नाहीत.

महाराष्ट्रातील मंदिरांवर चालुक्यांच्या कल्याणी शाखेच्या स्थापत्याचा प्रभाव दिसतो. त्यांचाही इतिहास कोरीव लेखांवरूनच समजतो. तैलप, सत्याश्रय जयसिंह, सोमेश्वर असे एकापेक्षा एक महापराक्रमी नृपश्रेष्ठ चालुक्यांच्या कल्याणी शाखेनं निर्माण केले. इ.स. ९७३ पासून खऱ्या अर्थाने कल्याणी चालुक्यांची सत्ता सुरू झाली. ती इ.स. १२०० पर्यंत अस्तित्वात होती. अनेक विद्वान, संस्कृतपंडित, कवी, नाटककार आणि चौदा विद्यांमध्ये पारंगत असणारे असंख्य अभ्यासक चालुक्यांच्या राज्याचे भूषण होते. एवढेच नव्हे, तर कल्याणी चालुक्यांचे अनेक राजे व राण्याही विद्वान अभ्यासक होते. त्यांच्या रचना उपलब्ध आहेत.

उत्तर कर्नाटकात पट्टदकल आणि बादामी ऐहोळे येथे चालुक्यांच्या काळात कोरलेल्या लेणी व अनेक बांधीव मंदिरे आजही बघायला मिळतात. स्वत: हिंदू धर्मी असल्याने अनेक यज्ञ करून मोठमोठी दाने दिल्याचे उल्लेख शिलालेखात आहेत. असे असले तरीही जैन धर्माला त्यांनी सढळ हस्ते मदत केली. अनेक जैन मंदिरे उभारली.

बदामी, एहोळे आणि पट्टदकाल या तीन गावांमध्ये आणि भोवतालच्या उत्तर कर्नाटकाच्या प्रदेशात अनेक ठिकाणी चालुक्यांनी उभारलेली मंदिरे आजही दिसतात. इ.स. सहाव्या शतकाच्या आरंभी इथे चालुक्यांच्या राजाश्रयाने मंदिरनिर्मितीला सुरुवात झाली. इथे द्रविड आणि नागर या दोन्ही शैलींची मंदिरं एकत्रित उभारली. त्यामुळे विद्यार्थ्यांना, दोन्ही शैलीच्या अभ्यासकांना इथे आल्याशिवाय गत्यंतरच नाही. दोन्ही प्रकारांची वैशिष्ट्य लेवून इथे पूर्वी असंख्य मंदिरे उभारली होती. त्यापैकी काहीच आज शिल्लक आहेत.

बादामी चालुक्यांच्या कोणत्याही कोरीव लेखांमध्ये महाराष्ट्रात मंदिरनिर्मिती केल्याचा उल्लेख नाही. त्यांनी उत्तर कर्नाटकच्या प्रदेशात अद्वितीय मंदिरे उभारली तेव्हा महाराष्ट्रात तेर आणि विदर्भातल्या साध्यासुध्या मंदिरांची निर्मिती झाली. राष्ट्रकूटांनी वेरूळचा चमत्कार घडवण्यासाठी पुढाकार घेतला. मात्र, बांधीव मंदिरांच्या क्षेत्रात त्यांचा हातभार लागला नाही. महाराष्ट्रात इ.स. सातव्या शतकापासून दहाव्या शतकापर्यंतच्या काळात उल्लेखनीय मंदिरनिर्मिती झाली नाही.

महाराष्ट्रात शिलाहार आणि यादव घराण्याच्या राजांनी मंदिरे अधिक प्रमाणात उभारली. यातल्या शिलाहारांचे माळवा-मध्य प्रदेशमध्ये राज्य करणाऱ्या परमारांशी सलोख्याचे संबंध होते, तर यादवांची मैत्री उत्तर चालुक्यांशी अधिक होती. कलाकारांचा दोन्ही प्रदेशांतल्या कलेचा अभ्यास होता. म्हणून गाभारा आपल्या मंदिरांच्या शिखरांच्या रचनेवर परमार मंदिरांचा प्रभाव दिसतो, तर गुजरातमधील चालुक्य मंदिरांचा आपल्या मंदिरांच्या भिंतींचं नक्षीकाम, अधिष्ठान यांच्यावर दिसतो.

उत्तर चालुक्यांच्या मंदिरांच्या परंपरेत बसणारी महत्त्वाची मंदिरे आता बघू या. नाशिक जिल्ह्यातील सिन्नर, तर होट्टल आणि मुखेड हे नांदेड जिल्ह्यातील, कोल्हापूर जिल्ह्यातील खिद्रापूर आणि अंभई हे औरंगाबाद जिल्ह्यातील मंदिर यांचा थोडक्यात परिचय आपण करून घेणार आहोत.

आयेश्वर मंदिर – सिन्नर

नाशिक जिल्ह्यातील सिन्नर हे पूर्वी श्रीनगर नावाचे मोठे शहर होते. श्रीनगर ही यादव राजांची राजधानी होती. या गावाच्या परिसरात अनेक मंदिरे होती. त्यापैकी

काही आता शिल्लक आहेत. त्यातही गोंदेश्वर आणि आयेर्येश्वर मंदिरे अधिक उल्लेखनीय आहेत.

आयेश्वर मंदिर पूर्वाभिमुख असून भोवती तट किंवा प्राकार होता. उंच अधिष्ठानावर उभारलेल्या या मंदिराचे आता गर्भगृह आणि चार खांबांच्या दोन रांगा असणाऱ्या गूढमंडपाचे भग्नावशेष एवढेच शिल्लक आहेत. गाभारा आणि अंतराळाच्या भिंतीवर बाहेरच्या बाजूने नक्षीदार देवळ्यांची रचना केली आहे. ज्यात पूर्वी देव-देवतांच्या मूर्ती असाव्यात.

आतून गाभारा पूर्णत: साध्या सपाट भिंतींचा आहे. मधोमध शिवलिंग स्थापन केले आहे. अंतराळ मात्र चालुक्य पद्धतीच्या वैशिष्ट्यांनी नटलेले आहे. चालुक्यांचे अतिशय आवडते समृद्धीचे प्रतीक म्हणजे गजलक्ष्मी. कमळावर बसलेल्या लक्ष्मी-देवीवर दोन बाजूंना असणारे हत्ती अभिषेक करत असल्याचे शिल्प म्हणजे गजलक्ष्मी. द्वारशाखेवर मधोमध इथे गजलक्ष्मी दिसते. तिच्यावर शेषशायी विष्णू प्रतिमा कोरली आहे. त्याच्याही वर सप्तमातृका कोरल्या आहेत. सप्तमातृका हेदेखील चालुक्यांचे एक आवडते प्रतीक. त्यांच्या मंदिरांमध्ये गजलक्ष्मीप्रमाणेच सप्तमातृका असतातच. शिवाय दख्खनच्या मंदिरात सहसा न आढळणारे अष्टदिक्पाल सपाट छताच्या पार्श्वभूमीवर चटकन नजरेत भरतात.

गाभाऱ्याच्या प्रवेशद्वारावर असणारे 'मकर तोरण' हे अप्रतिम कोरलेले आहे. या लयदार नक्षीच्या मध्यभागी नटेश शिवमूर्ती कोरली आहे. या मंदिरात दिसणारे आणि खास महाराष्ट्राचे वैशिष्ट्य असलेले 'कीचक' मात्र चालुक्यांचे नव्हेत. 'कीचक' हे बुटके, ढेरपोटे यक्षासारखे दिसतात. उभे खांब छताला ज्या ठिकाणी जुळतात तिथे गणितातल्या 'अधिक'च्या खुणेप्रमाणे दगड लावलेले दिसतात. वरच्या तुळईला चारही बाजूंनी जास्त आधार मिळावा हा त्याचा उद्देश. काही ठिकाणी हे तरंग हस्त प्लेन, कोणतीही नक्षी नसलेले साधे दिसतात. काही ठिकाणी त्यावर यक्षासारखे दिसणारे कीचक कोरलेले असतात. अंबरनाथच्या मंदिराचे हे महत्त्वाचे वैशिष्ट्य आहे. इथेही तसेच कीचक खांबांच्या वरच्या तरंगहस्तांवर दिसतात. या मंदिराची उभारणी साधारणत: इ.स. १०७५ ते ११००च्या दरम्यान झाली असावी.

होट्टल – नांदेड

देगलूरजवळ नांदेड जिल्ह्यातील होट्टल या गावात एकूण तीन मंदिरे आहेत. चालुक्यांच्या प्रभावाची निदर्शक असणाऱ्या या मंदिरांपैकी दोघांमध्ये कोरीव लेखही आहेत.

होट्टल गावाच्या पूर्वेला असलेल्या सोमेश्वर मंदिरात कोरीव लेख आहे. शिलालेखात या मंदिरांचा उल्लेख त्रिपुरुष मंदिर असा केला आहे. इथे खरोखरच तीन गाभारे आहेत. त्यापैकी एक शिव, दुसरा विष्णू तर तिसरा ब्रह्माचा असावा. इ.स. ११०१ मध्ये राज्य करणाऱ्या चालुक्य विक्रमादित्य सहावा याने आपल्या २६व्या राज्यवर्षात या मंदिराच्या उभारणीसाठी दान दिल्याचा उल्लेख शिलालेखात आहे. व्यवस्थित काळाचा उल्लेख असणारे हे चालुक्यांचे महाराष्ट्रातले पहिलेच मंदिर असावे.

तीन गर्भगृहे असणाऱ्या मंदिराला त्रिदल किंवा त्रिकूट म्हणतात. त्रिदल सोमेश्वर मंदिराला गूढमंडप आणि मुखमंडप आहे. मुख्य गाभारा पूर्वाभिमुख आहे. चौरस, पण सपाट भिंतींच्या गाभाऱ्यात पूर्वी शिवलिंग होते. सध्या गाभारा रिकामाच आहे. एकावर एक लहान होणाऱ्या चौरसांचे शिखर गाभाऱ्यावर आहे. गाभाऱ्याच्या चारही बाजूंच्या मुख्य तुळईवर कीर्तिमुखं कोरलेली आहेत. पुष्प, पत्र, स्तंभ इत्यादी शाखांच्या प्रवेशद्वारावर ललाटबिंबस्थानी बसलेला गणेश आहे.

मंडपाला भिंतीने वेढल्यामुळे हा गूढमंडप तयार झाला. खांबांच्या पलीकडचा तीनही गाभाऱ्यांसमोरचा आयताकार भाग सोडल्यास मुख्य मंडप अकरा फुटी बाजूंचा चौरस आहे. याचा मधला भाग चार मुख्य स्तंभांनी तोलून धरला आहे.

मंडपाचे छत क्षिप्त प्रकारचे आहे. एकावर एक तुळया अशा रचतात की, बाहेरून छानसे पिरॅमिडसारखे शिखर दिसते, तर आतून चौकट डायमंड आकाराची वरवर चढणाऱ्या पायऱ्यांची रचना दिसते. पहिल्या दोन चौकटींवर कीर्तिमुख कोरले आहेत. मंडपात बाहेरून कक्षासन केले आहे. मंदिरात बसण्यासाठी दगडी बाक केलेले असतात त्यांना कक्षासन म्हणतात. इथल्या कक्षासनांवर कलश-घट पल्लवांचे नक्षीकाम केले आहे. मंडपाचा समोरचा भाग बंद करण्याचं काम या कक्षासनांच्या बुटक्या भिंती आणि खांबांनी केलं आहे. गूढ मंडपाच्या मुख्य चार खांबांचा आकार चौरस आहे.

उत्तरेला उघडणारा दुसरा गाभारा हा विष्णूचा असावा. हुबेहूब मुख्य गाभाऱ्यासारखाच हादेखील बांधला आहे. मात्र, लालटबिंबाच्या जागी गणेशाच्या ऐवजी इथे गजलक्ष्मी आहे. गदा आणि शंख हाती असणारे द्वारपालही हे विष्णू मंदिर असल्याची साक्ष देतात.

तिसऱ्या गाभाऱ्याच्या द्वारशाखेवर सुखासनात बसलेली लक्ष्मी कोरली आहे. भिंती आणि छत पडलेल्या अवस्थेत असणाऱ्या या गाभाऱ्यात सध्या कोणतीही देवतामूर्ती नाही.

मंदिराच्या बाहेरची भिंत आत-बाहेर होणाऱ्या कोनांनी बनली आहे. यातल्या बाहेर आलेल्या भागावर देवळ्या कोरलेल्या आहेत. तीनही गाभाऱ्यांच्या मागील देवकोष्ठ

मात्र रिकामेच आहेत. या मंदिरावर विविध देवमूर्ती आणि अप्रतिम सुरसुंदरींच्या प्रतिमा कोरल्या आहेत. एकूणच भव्य, अप्रतिम असे हे मंदिर मात्र सध्या फारच भग्न अवस्थेत आहे.

सिद्धेश्वर किंवा परमेश्वर मंदिर हेदेखील विक्रमादित्य सहावा या चालुक्य राजाच्या काळातलेच आहे. शिलालेखावरून या मंदिराच्या उभारणीचा काळ इ.स. ११२० असा निश्चित करता येतो. या पश्चिमाभिमुख मंदिराला गर्भगृह, अंतराळ, मंडप आणि तीन मुखमंडप असे मुख्य भाग आहेत. चार फुटी उंच अधिष्ठानावर असणाऱ्या या मंदिराला प्रदक्षिणापथ आहे. उत्तर, दक्षिण आणि पूर्वेला मुखमंडप आहेत. त्यात कक्षासन आहेत. क्षिप्त प्रकारचे चौकट आकाराचे छत आणि कोरीव कोनाड्यांच्या नक्षीने नटलेल्या भिंती, विविध नर्तिका, छत तोलणारे अर्धस्तंभ यामुळे मुखमंडप आणि मंदिराचा एकूणच बाह्यभाग सुरेख, नक्षीदार बनला आहे.

सभामंडपात मधोमध फुलाच्या आकारातली मोठी रंगशिला कोरली आहे. मनोहारी नक्षीकामानं नटलेले चार स्तंभ इथे दिसतात. नऊ भागांत विभागल्याने मंडपाचे छत नवरंग प्रकारचे आहे. तिरप्या तुळया रचल्याने चौकट आकार तयार झाला असून त्यावर कीर्तिमुख आणि इतर भौमितिक आकारांची नक्षी कोरलेली आहे.

स्तंभ तळाशी चौकोनी असून त्यावर तीन पट्ट्यांमध्ये नक्षीकाम केले आहे. खांबाच्या वरच्या भागावर असणाऱ्या गोलाकार चकतीसारख्या भागाला कणी म्हणतात. त्यावर 'पद्म' कोरलेले आहेत. द्रविड पद्धतीच्या या खांबावर चोल मंदिरांमध्ये आढळणारा 'पलगई' हा भाग दिसतो. स्तंभशीर्ष म्हणजेच खांबाचा डोक्याकडचा भाग गोलाकार नक्षीच्या तरंगहस्तांनी सुशोभित केला आहे.

पुढे येणाऱ्या अंतराळाच्या बाजूकडील दोन्ही भिंतींवर देवळ्या कोरलेल्या आहेत; पण अंतराळाचे प्रवेशद्वार कलात्मक आहे. दोन्ही बाजूंना इथे स्तंभपुत्तलिका कोरलेल्या दिसतात. कर्णकुण्डलं, ग्रैवेयक, कंकणं, मेखला, नूपुर असे विविध दागिने त्यांनी परिधान केले आहेत. द्वारशाखेच्या वर मकरांच्या नक्षीमध्ये कोरलेला नटराज तर अप्रतिमच आहे.

गाभाऱ्याच्या प्रवेशद्वारावर गजलक्ष्मी आहे. वर व्याल आणि विविध देव-देवतांच्या प्रतिमा कोरल्या आहेत. सहा शाखांचे प्रवेशद्वार म्हणजे मालिनी प्रकारचे हे ज्येष्ठद्वार आहे. चवरीधारी सेवक, भक्त जोडपी, स्तंभ-पूर्ण घट आणि शिव व विष्णूच्या मूर्ती दाराच्या चौकटीवर कोरलेल्या आहेत. गाभाऱ्यात जाण्यासाठी उंच उंबरठा ओलांडावा लागतो. त्याला 'मण्डारक' म्हणतात. इथे या मण्डारकावर कीर्तिमुख कोरले आहे.

गर्भगृह साधे, सपाट भिंतींचे आहे. मात्र, पायऱ्या उतरून खाली शिवलिंग स्थापल्याचे दिसते. साठ कोनांच्या रचनेचे गर्भगृह इथे आहे. त्याचे छत मात्र मुखमंडपाच्या धर्तीवर सजवलेले दिसते. मंदिराच्या चार फूट उंचीच्या जोत्यावर उपान, पद्म, कणी, कुमुद यांचे नक्षीकाम दिसते. उत्तरेला तीर्थकुण्ड आहे. त्याचा आकार एखाद्या घटासारखा आहे. अधिष्ठानाच्या वर येते 'मण्डोवर' म्हणजेच मंदिराची भिंत. याच्या आपल्या समोरच येणाऱ्या भागाला जंघा म्हणतात. इथे जंघावर देव-देवता सुरसुंदरींची शिल्पे दिसतात. शिखर असलेल्या स्तंभांनी व्यवस्थित रेखलेल्या देवळ्या भिंतींवर मधोमध आहेत. या देवकोष्ठांमध्ये नृत्य करणारी काली, अंधकवधमूर्तीशिव आणि नटराजाच्या मूर्ती दिसतात.

महादेव मंदिर – होट्टलमधलं तिसरं महत्त्वपूर्ण मंदिर वर वर्णन केलेल्या सिद्धेश्वर मंदिराच्या दक्षिणेला आहे. गावात सर्वत्र महादेव मंदिर अशीच संज्ञा या मंदिरासाठी वापरतात. सिद्धेश्वर मंदिरापेक्षा लहान, पश्चिमाभिमुख महादेव मंदिर कदंब राजांच्या स्थापत्य शैलीच्या काही वैशिष्ट्यांनी नटले आहे.

गाभारा, अंतराळ आणि बंदिस्त मंडप असलेल्या महादेव मंदिराला एकच प्रवेशद्वार आहे. उंच जोत्यावर बांधलेल्या या मंदिराला प्रदक्षिणापथ आहे. प्रवेशद्वाराशी मुखमंडपात कक्षासन केले आहे. कक्षासनाच्या पाठीचा भाग बाहेरून वाद्य वाजवणारे वादक आणि फुलांच्या नक्षीने सुशोभित केला आहे. अशी रचना सिद्धेश्वर मंदिरातही नाही. इथे मुखमंडपाचे छत तोलण्यासाठी बुटक्या खांबांची रचना केली आहे, तीदेखील आगळीवेगळी वाटते.

चौरस गूढ मंडप उत्तर आणि दक्षिण बाजूला भिंती उभारून बंद केला आहे. या भिंतीची दोन मजल्यांमध्ये विभागणी केली आहे. दोन्ही भागांमध्ये भौमितिक आकारांची बारीक नक्षी कोरली आहे. हे कदंब राजांच्या मंदिर स्थापत्याचे वैशिष्ट्य आहे. स्तंभ, छत, गर्भगृहावर दिसणारी कमान, स्तंभपुत्तलिका, मंदिरांच्या भिंतीवर बाहेरून दिसणारी नक्षी या सर्व गोष्टी सिद्धेश्वर मंदिरासारख्याच आहेत, फक्त आकार इथे लहान असल्याचं दिसतं. त्यामुळे इथे कोरीव लेख नसला तरी मंदिराचा काळ लगेच लक्षात येतो. सिद्धेश्वर मंदिर इ.स. ११२० मध्ये उभारले गेले, तसेच हे मंदिर इ.स. ११३०च्या दरम्यानचे असावे.

या मंदिरावर कदंब शैलीच्या स्थापत्याचा प्रभाव दिसतो, विशेषत: मंडपाच्या भिंतीवर. महाराष्ट्रातील स्थपतींचा कर्नाटकातील मंदिर शैलीचा अभ्यास इथे दिसून येतो. सिद्धेश्वर मंदिर आणि महादेव मंदिर ही जवळजवळची होट्टलमधली मंदिरं एकसारखी असली तरी महादेव मंदिराच्या भिंती अभ्यासकांसाठी महत्त्वाच्या आहेत.

शिवमंदिर – मुखेड

होट्टलच्या मंदिरांच्या समकालीन असे नांदेड जिल्ह्यात मुखेड तालुक्यात असणारे शिवमंदिर! नांदेडच्या आग्नेय दिशेला साधारण पन्नास मैलांवर मुखेड गाव आहे. या शिवमंदिरालाही अंबरनाथसारखीच तीन प्रवेशद्वारे आहेत. गर्भगृह, अंतराळ, बंदिस्त गूढमंडप असे या मंदिराचे स्वरूप आहे. चौरसाकार गर्भगृहाच्या भिंती साध्या सपाट आहेत. इथल्या गाभाऱ्याचे वैशिष्ट्य कोरीव कामात नाही, तर शिवलिंगाखाली असणाऱ्या 'वज्रपीठात' आहे. साधारणत: मंदिरात मूर्ती जरा उंच चौथऱ्यावर बसवलेली असते. त्यालाच 'वज्रपीठ' म्हणतात. शिवलिंग मात्र सपाट जमिनीवर, कधी कधी तर पार तळघरात असते. मुखेडच्या या शिवमंदिरात तीन फूट उंचीचे वज्रपीठ आहे आणि त्यावर शिवलिंगाची स्थापना केली आहे. महाराष्ट्राच्या आग्नेय भागात अशा तऱ्हेचं वज्रपीठ दुर्मिळ आहे.

इथल्या गाभाऱ्याच्या द्वारशाखा साध्या आहेत. त्यता पद्म, लता वगैरे नक्षीकाम नाही. मात्र, खालच्या भागात प्रतिहारींच्या मूर्ती कोरल्या आहेत. ललाटबिंबाच्या जागी शिवप्रतिमा आहे. म्हणजे हे पहिल्यापासूनच शिवमंदिर आहे. द्वारललाटबिंबाच्या वर छोट्या देवळ्यांची रांग कोरली आहे. तीन देवळ्यांच्या वर कलश असलेले शिखर कोरले आहे. काहींवर कीर्तिमुख कोरलेले आहे. खालच्या रांगेतल्या देवळ्यामंध्ये नर्तकांच्या प्रतिमा कोरलेल्या आहेत.

गूढमंडपाला तीन दिशांना प्रवेशद्वारं आहेत. मध्य भागात चार कोरीव स्तंभांनी छत तोलून धरलंय. नऊ भागांत विभागलेलं छत 'नवरंग' प्रकारचं आहे. छताच्या तुळयांच्या चौरसांची सुंदरशी नक्षी तर आहेच, शिवाय दशावतार आणि समुद्रमंथनाची सुंदर शिल्पे कोरलेली आहेत. भिंतीवर नक्षीदार देवळ्यांची रचना केली आहे. यात वेगवेगळ्या देव-देवता, प्रसंगशिल्पे, मिथुनशिल्पे कोरलेली आहेत. अंबरनाथच्या मंदिरातही सभामंडपाच्या भिंतीवर अशीच नक्षी कोरली आहे. यात रामायण, महाभारत इत्यादी महाकाव्यातल्या प्रसंगांची शिल्पं अधिक आहेत.

मंदिराचे स्तंभ आकर्षक, कोरीव कामाने सजले आहेत. तळाच्या भागात साधे सपाट चौरसाकार असणारे हे स्तंभ आपल्या उंचीपासून वरच्या भागात नक्षीने नटले आहेत. उभ्या पट्ट्यांवर आडव्या, अष्टकोनी नक्षीचे पट्टे येतात. वरच्या भागात धार्मिक आणि सामाजिक प्रकारची शिल्पं कोरली आहेत. त्यावर पाकळ्यांची, पद्मांची नक्षी कोरली आहे. कमळांच्या नक्षीवर पातळ मोठी दगडी फळीची रचना आहे. स्तंभशीर्षावर तरंगहस्त आहेत. यावर कीचक कोरलेले आहेत. प्रवेशद्वाराजवळ कोरलेले स्तंभ जास्त सडपातळ आणि साधे आहेत. यांचेही स्वरूप मुख्य स्तंभासारखेच आहे. प्रवेशद्वाराशी

वर बघितलं की दिसते गजलक्ष्मी. चालुक्य काळातली लोकप्रिय प्रतिमा. इथे गजलक्ष्मीच्या बाजूला चवरीधारी सेविकाही दाखवल्या आहेत.

होट्टलच्या मंदिराच्या भिंती बाहेरून जशा सजलेल्या आहेत, तशाच इथेही दिसतात; पण इथे जास्त चांगले नक्षीकाम केलेले दिसते. साधारण तीन फूट उंचीचे अधिष्ठान आज बऱ्याच ठिकाणी भग्नावस्थेत असल्याचं दिसतं. यावरच मंदिराभोवती प्रदक्षिणा घालता येईल अशी मोकळी जागा सोडून मंदिर बांधले आहे. अधिष्ठानावर आडव्या पट्ट्यांमध्ये पद्म, गळा, कुमुद अशी नक्षी कोरली आहे. वास्तविक, हे आडव्या पट्ट्यांमध्ये उभ्या रेघांनी केलेलं कोरीवकाम आहे; पण साध्या रेषा जेव्हा कसबी कलाकार रेखतो तेव्हा काय सौंदर्य निर्माण होतं, ते आपण प्रत्यक्षच अनुभवण्यासारखं आहे.

यावर येते मंदिराची भिंत अर्थात मण्डोवर. याचा प्रतिमांनी सजलेला भाग म्हणजे जंघा. विविध देव-देवता, स्त्री-पुरुष आणि नर्तिकांच्या अप्रतिम मूर्तींनी नटलेल्या देवळ्या लक्षवेधी आहेत. यातल्या वृषवाहन शिव, व्रतस्थ पार्वती आणि सरस्वती या देवतामूर्ती विशेष उल्लेखनीय आहेत. वृषवाहन म्हणजेच नंदी या आपल्या वाहनासह शिव दाखवणारी मूर्ती बांधीव मंदिरात तेही महाराष्ट्रात दुर्मिळच म्हणायला हवी. आपला विवाह शंकराशी व्हावा म्हणून कठोर तप करणारी पार्वतीसुद्धा शक्यतो या काळातल्या मंदिरात दाखवल्याचं आढळत नाही.

अत्यंत आकर्षक अशा सप्तमातृका इथे दिसतात. नक्षीदार कोरीव मखरात लयदार नृत्य करणाऱ्या या सातही माता चतुर्भुज आहेत. ठसठशीत दागिने त्यांनी घातले आहेत. त्यांची वाहनं त्यांच्या पायाशी दाखवली आहेत. नाशिकच्या आयेश्वर मंदिरावरही नृत्य करणाऱ्या सप्तमातृका आहेत; पण त्या द्वारशाखेच्या वर दाखवल्या आहेत. मुखेडच्या या शिवमंदिरावर त्या मंदिराच्या बाह्य भिंतीवर आहेत.

शिखर मात्र पडून गेले असल्याने त्याबाबत काही माहिती देता येत नाही.

मंदिरावरच्या सप्तमातृका प्रवेशद्वाराच्या वर असणारे गजलक्ष्मीचे शिल्प आणि एकूणच कोरीव कामाची पद्धत यावरून उत्तर चालुक्य काळातलं हे मंदिर असणार, हे लक्षात येतं. शिवाय इ.स.च्या बाराव्या शतकातला शिलालेख याच गावात सापडला आहे. त्यात उत्तर चालुक्यांचा अंमल या भागावर असल्याचं म्हटलं आहे. त्यामुळे या मंदिराचा काळ ठरवायला, ओळखायला मदतच झाली आहे.

कोपेश्वर मंदिर - खिद्रापूर

महाराष्ट्रातल्या मंदिर स्थापत्यातल्या एका अत्यंत अप्रतिम मंदिराचा परिचय आता आपण करून घेणार आहोत. खरं तर वर वर्णन केलेली सर्वच मंदिरं सुंदर आणि

उत्कृष्ट स्थापत्याचा आविष्कार आहेत. आपल्याला सर्वसामान्य लोकांना शाळेच्या चित्रकलेत आणि भूमितीत फार तर रंगरेषांशी मुकाबला करण्याची संधी असते. कला घडवणारे तसे थोडेच असतात. त्यामुळे दगडातून कोरून उभी केलेली सर्वच मंदिरं आपल्या दृष्टीनं चमत्कारच असतात.

कोल्हापूर जिल्ह्यातील शिरोळा तालुक्यात खिद्रापूर गाव आहे. कोल्हापूरच्या आग्नेय दिशेला सुमारे ६५ कि.मी. अंतरावर कृष्णा नदीच्या काठी वसलेल्या खिद्रापूरमध्ये कोपेश्वर मंदिर बघण्यासारखे आहे. विस्तीर्ण प्रकारात हे मंदिर उभे आहे. तटबंदी जुनीच असली तरी छोटा दरवाजा आणि काही ठिकाणची डागडुजी आधुनिक काळात केल्याचं स्पष्टच दिसतं. गर्भगृह, अंतराळ मंडप आणि खुला मंडप असे मंदिराचे प्रमुख भाग आहेत.

आतापर्यंतच्या मंदिरांना पोर्च म्हणजे प्रवेशद्वारासमोर छोटा मंडप पाहिला. अशा मुखमंडपाऐवजी इथे 'स्वर्गमंडप' बांधलेला आहे. सभामंडपापासून किंचित दूर स्वर्गमंडप उभारला आहे. स्वर्गमंडप म्हणजे छत नसलेल्या अष्टदिक्पालांच्या मूर्तींनी सजलेला मंडप. पूर्वाभिमुख कोपेश्वर मंदिराच्या तटातून आत आल्यावर आधी या स्वर्गमंडपात आपण प्रवेश करतो. जमिनीवर मधोमध गोलाकार रंगशिला आहे. रंगशिलेवर पूर्वी कलाकार देवापुढे आपली कला अर्पण करायचे. रंगशिलेभोवती वरच्या घुमटाकार छताला पेलणारे बारा स्तंभ आहेत. या प्रमुख स्तंभांवर गोल कड्या कोरल्या आहेत. वरच्या तरंगहस्तांवर आतापर्यंत आपण यक्षासारखे कीचक पाहिले. इथे मात्र कार्तिकेय आणि इतर काही देवमूर्ती आहेत. मुख्य म्हणजे आपापल्या वाहनांवर बसलेले किंवा वाहनाजवळ उभे अष्टदिक्पाल दाखवले आहेत. आठ प्रमुख दिशांचे आठ पालक देव मानले जातात. ते इथे दाखवले आहेत. या प्रमुख स्तंभांच्या मागे जरा कमी रुंदीचे नऊ स्तंभ आहेत. भिंतीत दिसणारे आणि सुटे उभे असे अठ्ठेचाळीस स्तंभ हा मंडप पेलण्यासाठी उभारले आहेत. स्वर्गमंडपाला बाहेरून सिंह प्रतिमा कोरून सुशोभित केले आहे. मात्र, बाकी फारसे कोरीवकाम बाहेरून दिसत नाही. आता याला 'स्वर्गमंडप' का म्हणायचं? हा प्रश्न येतो. या मंडपाचं काम आता जेवढं दिसतंय ते पाहून ते सुंदर कलात्मक आणि पूर्ण काम झालेलं मंदिर आहे हे लक्षात येतं; पण या मंडपावर छत उभारलंच नव्हतं. मंडपाच्या मधोमध आल्यावर मोकळं खुलं आकाश दिसावं अशी कल्पना कलाकारांच्या मनात असणार. म्हणूनच आठ दिशांचे स्वामी आणि विष्णू, महेश्वर, कार्तिकेय असे देव स्तंभावर आतून दिसतील असे कोरले असावेत. असा स्वर्गमंडप महाराष्ट्रात काय भारतात कोठे आढळत नाही, असं म्हणायला हरकत नाही.

पुढे येतो सभामंडप. सभामंडपाला तीन प्रवेशद्वारं आहेत. प्रवेशद्वाराच्या दोन्ही बाजूंना एकेक स्तंभ आहे आणि तळाशी लहान कोनाड्यात व्याल दाखवले आहेत. स्वर्गमंडपापेक्षा इथली रचना वेगळी आहे. मधल्या भागात इथे बारा स्तंभ आहेत. त्यांच्याभोवती वीस चौरस स्तंभ आहेत. त्यांच्या पलीकडे सभामंडपाच्या भिंती आहेत. एवढा विस्तृत मंडप असणारं महाराष्ट्रात दुसरं मंदिर नसावं. अशा या मोठ्या सभामंडपात प्रकाश असावा म्हणून दोन्ही बाजूंना मोठे मोकळे गवाक्ष आहेत.

अंतराळाकडे निघालात, की दिसतात आपल्या उंचीचे जय-विजय द्वारपाल; पण येथील विजय सध्या नाही. द्वारशाखांच्या तळाशी नेहमीच्या परिचित मूर्ती असतात. पाच शाखा असल्यामुळे हे झाले पंचशाख द्वार. या द्वारशाखांच्या वर उत्तरांग हा भाग येतो. त्यावर मंदिराच्या पाच छोट्या आकृती कोरल्या आहेत; पण स्पष्टपणे कोणा देव-उपदेवांच्या प्रतिमा काही त्यात नाहीत. त्यामुळे खरोखर कोणत्या देवाचं मंदिर होतं, हे सांगणं कठीण झालं आहे.

या मंदिराचं गर्भगृहही वेगळंच आहे. गाभाऱ्याच्या तीन भिंतींत आणखी छोटी दालनं बांधली आहेत. अशा गाभाऱ्यातच आणखी तीन खोल्या असणारं मंदिरही महाराष्ट्रात दुसरं नसावं; पण या तीनही खोल्यांमध्ये कोणत्या मूर्ती असाव्यात, हे काही सांगता येत नाही.

मंदिराच्या सर्वच बाह्यभिंतींवर सुरेख कोरीवकाम आणि विविध मूर्ती कोरल्या आहेत. मोठ्या हत्तींची रांग-गजथर विशेष नजरेत भरतो. त्यावर वेगवेगळ्या देव-देवता, साधू, नायिका अशा मूर्ती कोरल्या आहेत. देवकोष्ठात नंदीवर बसलेला शंभूमहादेव त्याच्या शक्तीसह दाखवला आहे. वेगवेगळ्या नायिका, विष्णूचे दहा अवतार, चामुंडा, गणपती, दुर्गा आणि दोन शक्तींसह शिव अशा विलोभनीय मूर्ती मंदिराच्या बाहेरच्या भिंतीवर कोरल्या आहेत.

अगदी आगळीवेगळी स्थापत्यरचना हे या मंदिराचं मुख्य वैशिष्ट्य. मात्र, सर्वच भागांची मूळ शिखरं आज अस्तित्वात नाहीत. त्यामुळे या मंदिराचा काळ ओळखण्याची गुरुकिल्लीच जणू हरवली आहे. शिखरं नसल्यामुळे हे मंदिर पूर्ण झालंच नसावं, असं काही अभ्यासक मानतात; पण हे खरं नसावं. कारण मंदिरात पूजामूर्तींची प्रतिष्ठापना झाली होती. मंदिराची देखभाल, पूजा, दिवाबत्तीसाठी देणग्याही दिल्या गेल्या होत्या. इ.स. १२१२ मध्ये एप्रिल महिन्यात म्हणजे इ.स. ११३६ मध्ये झालेल्या सूर्यग्रहणाच्या वेळी आणखी देणग्या देण्यात आल्या. यादव राजा सिंघण याने आधीची दानं कायम करून आणखी देणग्या दिल्या. म्हणजे यादवांच्या आधीपासून हे मंदिर अस्तित्वात होते. शिलाहारांचे काळी या मंदिराची उभारणी झाली असावी.

वाडेश्वर मंदिर – अंभई

आपल्या या गटातलं शेवटचं मंदिर आहे औरंगाबाद जिल्ह्यात सिल्लोड तालुक्यातल्या अंभई गावात. खिद्रापूरचं मंदिर इ.स. १२१२ मध्ये उभारलं गेलं तर त्याच्या थोडं नंतर अंभईचं मंदिर बांधलं गेलं. होट्टलच्या मंदिराशी याचं बरंच साम्य आहे. सिल्लोडपासून साधारण २०-२२ मैलांवरचं हे वाडेश्वर मंदिर त्रिदल प्रकारातलं आहे. म्हणजेच इथे तीन गाभारे आहेत. पश्चिम-उत्तर आणि दक्षिण बाजूला तीन गाभारे आणि प्रवेशद्वार पूर्व दिशेला आहे. गर्भगृहाच्या ललाटबिंबावरून गर्भगृहात कोणत्या देवाची मूर्ती होती, हे ओळखता येतं हे आपण पाहिलंच आहे. इथे मुख्य म्हणजे पश्चिमेच्या गाभाऱ्यात शिव असावा. कारण त्याच्या ललाटबिंबावर गणेश दाखवला गेला आहे. दक्षिण दिशेचा गाभारा विष्णुमूर्तीसाठी असावा. कारण त्याच्या ललाटावर विष्णू प्रतिमा आहे. तिसरा गाभारा आता ब्रह्मासाठी असेल असं आपल्या मनात येईल; पण ललाटबिंबाच्या वर उत्तरांगावर सप्तमातृका दाखवल्या आहेत. नाशिक जिल्ह्यातल्या सिन्नरमधल्या आयेश्वर मंदिरातसुद्धा उत्तरांगावर अशाच सप्तमातृका दाखवल्या आहेत. इथे सप्तमातृकांच्या प्रतिमेवरून हे देवीचं मंदिर असणार, असा अंदाज करता येतो. मुख्य गाभाऱ्याचा उंबरठा म्हणजे मण्डारक आणि अंतराळातल्या देवळ्यांवर कीर्तिमुख काढलेले दिसते. द्वारशाखेच्या स्तंभ शाखेवर पूर्ण कलश कोरलेले आहेत. इथे दाराला चार शाखा असल्याने मध्यद्वार प्रकारचं हे 'गांधारी'द्वार आहे. या शाखांवर तळाच्या बाजूला देवदेवता आणि सहायकांच्या प्रतिमा आहेत. मुखेडच्या शिव मंदिरात आहे, तसेच इथेही छोट्या देवळ्यांचे नक्षीकाम प्रवेशद्वारावर दिसते.

अंतराळातल्या देवळ्या प्रमुख गाभाऱ्यासमोर रिकाम्या असल्या तरी बाजूच्या दोन्ही अंतराळांमध्ये त्यात देवींच्या मूर्ती आहेत. मंडप सर्वांना एकत्र आणि व्यवस्थित मोठा आहे. नंदी मंडप वेगळा असावा कदाचित. मात्र, सध्या तसे काहीच अवशेष दिसत नाहीत. फक्त एक नंदी प्रतिमा मात्र मंदिरापुढे आहे.

मंदिराच्या बाहेरच्या भिंतीवर सज्जासारखी रचना करून त्यात देव-देवता, अष्टदिक्पाल अशा मूर्ती कोरल्या आहेत. यात नटराज, भैरव, महिषासुरमर्दिनी, नृवराह, सूर्य, ब्रह्मा, विष्णू अशा मूर्ती प्रमुख आहेत. कपोतांच्या पट्ट्यांनी मण्डोवराचे दोन भाग केलेले आहेत. शक्यतो मण्डोवर संपतांनाच्या भागावर असे कपोतपट्ट दिसतात; पण त्याबाबतीत हे मंदिर वेगळं आहे. बाहेरच्या भिंतीचे म्हणजेच मण्डोवराचे नक्षीकामाने दोन भाग केले आहेत. खालच्या भागावर शिल्पे कोरलेली आहेत. वरच्या भागावर नक्षीकामाचे, कमळ, कपोत वगैरे पट्टे दिसतात.

मूळचे शिखर तर आज पूर्णत: नामशेष झाले आहे. त्यामुळे मंदिराचा काळ ओळखणं जरा कठीण झालंय. या मंदिराशी संबंधित शिलालेख किंवा ताम्रपटही न सापडल्याने हे काम अधिकच अवघड झालंय. तरीही सप्तमातृका शिल्प, खांबांच्या वर किचक प्रतिमांचा अभाव, सुबक कोरीवकाम, अंतराळाची रचना यावरून सुमारे बाराव्या शतकात हे मंदिर बांधले असावे असा कयास करता येतो.

एकूणच महाराष्ट्रातल्या मंदिरांचा प्रवास विदर्भातून सुरू होतो, हे पुरातत्त्वीय पुराव्यांवरून दिसून येतं. मध्य प्रदेशातल्या देवगड, नचना कुठार, सांची वगैरे ठिकाणच्या आटोपशीर, सुबक, नेटक्या साध्या मंदिरांप्रमाणे उभारलेली रामटेकची मंदिरं ही दगडांनी बांधलेली आपली आद्य मंदिरं! रामटेकच्या परिसरातली मनसर, मांढळ, नागरा, पवनार हीदेखील त्याच परंपरेतली मंदिरं. विशेष म्हणजे मध्य आणि उत्तर भारतावर राज्य करणाऱ्या गुप्त घराण्याची राजकन्या प्रभावती विदर्भाची राणी झाली आणि ही मंदिर परंपराही महाराष्ट्रात आली. केवळ पाच-सात वर्षांत तिचा पती रुद्रसेन वाकाटक याचे निधन झाले. मुलं अगदीच लहान असल्यामुळे प्रभावतीनं राज्यकारभाराची सूत्रं आपल्या हाती घेतली. कविकुलगुरू कालिदासाला तिनंच आपल्या मुलांना शिकविण्यासाठी आमंत्रित केलं. माहेरी उभारलेल्या मंदिरांप्रमाणेच विदर्भातही तिनं मंदिरउभारणीचं काम हाती घेतलं. गुप्त घराणं वैष्णव असल्यामुळे तोच प्रभाव तिच्यावरही होता. वाकाटक शिवभक्त असले तरी प्रभावतीनं विष्णूची मंदिरं उभारली. म्हणजेच महाराष्ट्रातली आद्य मंदिरं विष्णूची आहेत!

विदर्भात पाचव्या शतकात रामटेक परिसरात ही मंदिरउभारणी चालली असताना किंवा झाल्यावरही त्याच झपाट्याने इतर महाराष्ट्रात ही चळवळ पोहोचली नाही. उलट तेरच्या मंदिरांची आपण आधी माहिती घेतलीच आहे; ती विटा आणि लाकूड यांचा वापर करून बांधली आहेत. साधारणत: इ.स. ५५०च्या दरम्यान उभारलेली तेरची मंदिरं अर्धगोलाकार छपराची आहेत. विदर्भातल्या मंदिरांवर मध्य प्रदेशातल्या स्थापत्य-प्रकारांचा प्रभाव आहे, तर तेरच्या मंदिरावर द्राविड शैलीचा प्रभाव दिसतो.

वाकाटकांनी विदर्भाप्रमाणेच खानदेश आणि जवळपासच्या भूप्रदेशावर राज्य केलं. अजिंठा लेण्यांच्या निर्मितीतही त्यांचा सिंहाचा वाटा होता, हे शिलालेखांवरून समजतं; पण वाकाटकांच्या अस्तानंतर असे समर्थ, प्रभावशाली कलाप्रिय राजघराणे लगेचच आपल्याला लाभले नाही. महाराष्ट्राचे अर्थकारण सुरळीत करून सर्वसमावेशक सांस्कृतिक धोरण आखू शकेल, असं राजकीय नेतृत्व लगेच काही निर्माण झालं नाही. विविध राजघराण्यांनी महाराष्ट्राच्या छोट्या छोट्या भागांवर सत्ता गाजवली. त्यात त्रैकूटक, मौर्य आणि कलचुरी हे महत्त्वाचे म्हणता येतील. स्पष्ट पुरावे नसले तरी

या राजघराण्यांनी महाराष्ट्रात मंदिरं आणि लेण्यांच्या कामासाठी देणग्या दिल्या असणार, यात शंकाच नाही.

त्रैकूटक, मौर्य आणि कलचुरींसारखेच राष्ट्रकूट हे राजघराणे या काळात आपला जम बसवीत होते. विदर्भात एक, तर दुसरी वेरूळ परिसरात आणि तिसरी शाखा दक्षिण महाराष्ट्रात असं राष्ट्रकूटांचं राज्य होतं. राष्ट्रकूट राजांच्या आश्रयाखाली काही मंदिरं उभारली गेली. त्यात भद्रावती म्हणजेच चंद्रपूर जिल्ह्यातलं भांदक आणि भटाळा या गावातली मंदिरं, रामटेक आणि वाकेश्वर ही नागपूर जिल्ह्यातली मंदिरं अशी काही ठळक उदाहरणं सांगता येतील. कोरीव लेण्यांना जास्त उत्तेजन देणाऱ्या राष्ट्रकूट राजांनी बांधीव स्थापत्याकडे फारसं लक्ष दिलं नाही, असा पूर्वी समज होता; पण नव्या अभ्यासानं हे मत चूक असल्याचं दाखवून दिलंय. महाराष्ट्राचा असा विस्तृत आणि बारकाईनं अभ्यास करणाऱ्यांमधे डॉ. अरविंद प्र. जामखेडकर यांचं काम मोलाचं आहे. महाराष्ट्र राज्याच्या पुरातत्त्व आणि म्युझियम विभागाचे ते संचालक म्हणून कार्यरत होते. सध्या निवृत्तीनंतरही त्यांचे संशोधनकार्य जोमाने चालले आहे.

राष्ट्रकूटांचे समकालीन आणि त्यांचे राजकीय मित्र कलचुरी यांचे राज्य मध्य प्रदेशात होते. त्यांच्या राज्यातल्या स्थापत्याचा प्रभाव महाराष्ट्र विशेषत: विदर्भातल्या स्थापत्यावर दिसतो. थोडक्यात सांगायचे तर विदर्भात सुरू झालेली साध्या मंदिरापासून पुढे जाणारी ही स्थापत्य परंपरा अंबरनाथच्या आणि तशाच भव्य मंदिरापर्यंत वाढत गेली. मात्र, या प्रवासात दक्षिणेपेक्षा उत्तरेच्या शेजाऱ्यांचा प्रभाव अधिक होता, हे जाणवतं.

प्राचीन कला, स्थापत्य यांचा अभ्यास करणारे श्री. के. व्ही. सौंदरराजन यांचं कार्य अतिशय महत्त्वाचं आहे. त्यांच्या आधीचे जवळजवळ सर्वच अभ्यासक भारतीय कलेचा, स्थापत्याचा विचार करताना इंग्रजी भाषेतल्या शब्दांचा वापर करायचे; पण सौंदरराजन यांनी कटाक्षाने भारतीय शब्दाचा वापर केला. याला महत्त्वाचं कारण असं, की भारतीय कल्पनांना चपखलतेनं शब्दरूप देण्याइतकं इंग्रजीचं शब्दभांडार नाही. कोठले तरी ग्रीक, रोमन, लॅटिन शब्द ओढून ताणून घ्यायचे आणि इंग्रजी भाषेत भारतीय संकल्पना विशद करायच्या हा सगळा प्रकार अभ्यास जास्तच कठीण, क्लिष्ट करणारा ठरायचा. मुख्य म्हणजे या विषयांच्या संकल्पना स्पष्ट करणारी भारतीय ग्रंथसंपदा, शब्दभांडार उपलब्ध असताना हा द्राविडी प्राणायाम करावाच कशाला, हा विचार श्री. सौंदरराजन यांनी केला. भारतीय वास्तुशास्त्र, स्थापत्यशास्त्र विषयांची प्राचीन ग्रंथसंपदा त्यांनी अभ्यासली. तसेच विस्तृत प्रदेशात सर्वेक्षणासाठी भ्रमंतीही केली होती. प्राचीन भारतीय वास्तुशास्त्रातलेच शब्द, नावं त्यांनी वापरली.

त्याच वास्तुशास्त्रीय परिभाषेचा वापर करून महाराष्ट्रातील मंदिरांना ते 'भूमिज' शैलीची मंदिरे असे म्हणत. शिवाय महाराष्ट्रातील मंदिरांवर लगतच्या दक्षिण गुजरात, मध्य प्रदेश, उत्तर कर्नाटक या प्रांतातील स्थापत्य शैलींचा कसा, किती व कधी प्रभाव दिसतो याचाही उत्तम छडा लावला. शास्त्रीय पद्धतीने निरीक्षण करून त्यांनी आपले मत नोंदवले.

प्राचीन कलाकृतींच्या काळाबद्दल बोलताना अभ्यासक नेहमीच राजे, राजघराणे यांचा उल्लेख करतात. वास्तविक, भारतात तरी राजकारण आणि धर्म, शिक्षण, कला हे प्रांत नेहमीच समांतर रेषेत कार्यरत राहिले. कोणाही राजानं सांस्कृतिक, शैक्षणिक क्षेत्रावर बंधनं घातली नाहीत, तर धर्मसत्ता आणि राजसत्ता यांच्यातही कोणताच संघर्ष झाला नाही. असे असताना कलाकार पूर्ण स्वातंत्र्याचा आनंद अनुभवत असत. त्यांच्या आविष्कारांना, कल्पनांच्या सादरीकरणाला राजांनी आर्थिक मदत आणि सुरक्षितता मिळवून दिली. त्यामुळे एखादा राजा किंवा राजघराणं संपुष्टात आल्यावर त्यांच्या प्रांतातली कलाशैली कधीच संपुष्टात आली नाही, उतरणीला लागली नाही. राजे-महाराजे संपले तरी कला मात्र बहरत राहिली. असं असलं तरी आज आपल्याला त्या त्या कलाकृतीच्या काळाचा ढोबळमानाने अंदाज यावा, या उद्देशाने समकालीन राजघराण्यांचा उल्लेख आवश्यक ठरतोच.

महाराष्ट्रात बांधीव मंदिरांमध्ये एक गाभारा, दोन गाभारे आणि तीन गाभारे असणारी मंदिरं उभारल्याचं आपण पाहिलं. एकाच सभामंडपाला जोडून एक ते दहा गाभारे असणारी मंदिरे आढळली आहेत. मंदिरउभारणीसाठी मदत देणारे किंवा प्रमुख आश्रयदाते यांच्या मतांचा आदर करूनच एकापेक्षा जास्त संख्येची गर्भगृहे केली गेली. एकाच मंडपापुढे गाभारे ही रचना जास्त प्रमाणात आढळत आली तरी पंचायतन प्रकारची गोंदेश्वरसारखी मंदिरंही उभारली गेली. महाराष्ट्राचा दक्षिण भाग आणि उत्तर कर्नाटकची सीमा या भागात 'त्रिदल' मंदिरे उभारणाऱ्या चालुक्यांचा जास्त प्रभाव दिसतो. तीन गाभारे असणाऱ्या या मंदिरांना 'त्रैपुरुषदेवालय' असे संबोधले जायचे. ब्रह्मा, विष्णू, महेश यांची ही एकत्रित मंदिरे असावीत, असा अंदाज आपण बांधतो; पण महाराष्ट्रात जास्तीत जास्त मंदिरांमध्ये ब्रह्मदेवाऐवजी देवी किंवा शक्तीच्या मूर्तीची प्रतिष्ठापना केली जात असे. कर्नाटकात तीनही गाभाऱ्यांमध्ये विष्णूच्याच मूर्ती असणारी ही मंदिरं आहेत. खिद्रापूरच्या कोप्पेश्वर मंदिरात गाभाऱ्याला लागून तीन दालनं आहेत. त्यांच्यात कोणत्या देवतामूर्ती होत्या, हे मात्र कोडेच आहे. कोल्हापूरला मुख्य गाभाऱ्यालगत असणाऱ्या तीन दालनांमध्ये कोणत्या देवतामूर्ती होत्या, हे अजूनही कळलेले नाही.

महाराष्ट्रातल्या प्राचीन मंदिरांचं वेगळेपण त्यांच्या शिखरांमुळे चट्कन नजरेत भरतं. वास्तविक, ही स्थापत्यशैली दक्षिणेपेक्षा उत्तरेतील स्थापत्यशैलीशी जास्त जवळीक असणारी! दक्षिणेतील द्राविड स्थापत्यात शिखर आडव्या धाटणीचं, कळसाच्या जागी गोलाकार मोठी स्तूपिका हे त्यांचं मुख्य वैशिष्ट्य. उत्तर भारतातली नागर मंदिरशैली म्हणजे उभ्या पट्ट्यांच्या नक्षीदार शिखरांची रचना. कळसावर आवळ्यासारख्या उभ्या रेघा असणारा आमलक नागर मंदिरांमध्ये दिसतो. महाराष्ट्रातली मंदिरं नागर शैलीच्या जवळ जाणारी; पण स्वत:चं वेगळेपण जपणारी आहेत.

नागर मंदिरांच्या शिखरावर 'उरुश्रृंग' दिसतात. एका मोठ्या शिखरासमोर थोड्या कमी उंचीची तशीच शिखरं अशी उतरंड या पद्धतीत दिसते. मोठ्याच्या छातीवर दुसरं आलेलं दिसतं म्हणून उरूश्रृंग हे नाव पडलं. चारही दिशांना असे एकापुढे एक शिखर असलेली ही मंदिरं जास्त उंच, उभट भासतात. भूमिज शैलीत मुख्य शिखराच्या लहान प्रतिकृती आडव्या रांगेत मांडल्यासारखं कोरीवकाम केलं जातं. एकाच्या छातीवर एक उभे म्हणजे उरुश्रृंग, तर एका शेजारी एक आडवी माळ असली तर त्यांना अंगश्रृंग म्हणतात. या आडव्या शिखरांच्यां माळा हे भूमिज मंदिरांचं आणखी एक महत्त्वाचं वैशिष्ट्य; पण हासुद्धा काही फक्त इथल्याच मंदिरांचा गुण नव्हे. शेजारच्या गुजरात, काठेवाड भागात अशाच पद्धतीची मंदिरं उभारलेली दिसतात. ग्वाल्हेरजवळचे ग्यारसपूर, उदयपूर काठियावाडमधलं सेजकपूर अशा कितीतरी ठिकाणी याच प्रकारच्या शिखरांची अकराव्या शतकातली मंदिरं उभारली गेली. अधिष्ठानावर बारीक कोरीवकामांचे लहान लहान आडवे पट्टे आणि कळसापर्यंत जाणारे उभे कोन या प्रकारच्या कोरीवकामामुळे स्थापत्याचं सौंदर्य अधिकच खुलतं. लहान मुलं जपानी पंखा किंवा नाग करण्यासाठी कागदाला विरुद्ध दिशेनं एकेक करत छोट्या घड्या घालतात. त्या उघडल्यावर कागदाला कसे आतबाहेर करत जाणारे कोन पडतात. तशीच आपल्या भूमिज मंदिराची बाहेरून रचना दिसते. त्यामुळे बाहेर येणाऱ्या कोनावर उजेड पडतो. आत जाणाऱ्या कोनावर सावली येते. या छाया-प्रकाशाच्या खेळात वेगवेगळ्या मूर्ती बघणं हे फारच आनंददायक असतं.

उभ्या कोनांवर मूर्तीही शक्यतो उभ्याच कोरल्या गेल्या. या उभटपणाला छेदण्यासाठी, समतोल साधण्यासाठी नक्षीकामाचे आडवे पट्टे वापरण्यावर कलाकारांनी भर दिला. अशा उभ्या-आडव्या कोरीवकामामुळे आपली नजरही धावत राहते. कोठेही पूर्णविराम कसा तो नाहीच! आडव्या नक्षीकामाच्या पट्ट्यांना विभागण्यासाठी 'कणी' प्रकाराचा वापर मोठ्या प्रमाणावर केलेला दिसतो. कणी म्हणजे दगडात अगदी सुरीच्या पात्यासारखी कापलेली गुळगुळीत पट्टी - लांबून तर एखादी रेघच वाटावी! बरेचदा

खांबावरदेखील कणी दिसतात. पूर्ण स्थापत्याला नाजूक, प्रवाही, लांबीचा अभास वाढवणारे हे कणी प्रकारचे पट्ट भूमिज शैलीतच अधिक दिसतात.

गर्भगृहाच्या दाराला विविध प्रकारच्या नक्षीने नटलेल्या शाखा सर्वत्र आणि निश्चितपणे दाखवणं हे भूमिज मंदिराचं आणखी एक ठळक वैशिष्ट्य म्हणता येईल. तसंच एकूण मंदिराचा आटोपशीर पसारा, योग्य आकारमान हीदेखील लक्षात घेण्यासारखी लक्षणं आहेत. अनेक लहान-सहान उपविभाग किंवा भागांनी वाढलेला पसारा, भव्यतेच्या हव्यासापोटी प्रचंड, अगडबंब प्रमाणात केलेलं बांधकाम असं भूमिज मंदिरांबाबत कोठे दिसत नाही. आखीव-रेखीव, आटोपशीर किंवा 'कॉम्पॅक्ट' रचना हा यांचा गुण म्हणायला हवा.

भूमिज मंदिरांना सुरुवातीपासून असणारा मुखमंडप हे त्यांचं वैशिष्ट्य आहेच; पण त्यावरचं शिखर हेदेखील महत्त्वाचं आहे. सौंदर्याचा विचार करता हे काही फार अप्रतिम शैलीचं नसतं. बांधायला सोपं, सुटसुटीत आणि व्यावहारिक दृष्टीनं फार खर्चात न टाकणारं हे शिखर. पाया चौकोनी आणि वर क्रमाने लहान होत जाणाऱ्या पसरट पट्ट्यांनी हे बनलेलं असतं. दक्षिणेतल्या मंदिरांची गोपुरं किंवा शिखरं नजरेसमोर आणा. त्यांवर मूर्तींचे पट्टे वेगळे दाखवण्यासाठी उभट आणि आडव्या शिखरांच्या रांगा आडव्या मांडलेल्या दाखवतात. तशीच कूट आणि शाला प्रकारची नक्षी दोन पट्ट्यांच्या मधे कोरलेली असते. या प्रकारच्या शिखराला 'फांसना शिखर' असे नाव आहे. या प्रकारचं शिखर गाभारा किंवा मंडपासाठी कधीच योजलं नव्हतं. शक्यतो मुखमंडपासारख्या इमारतीच्या छोट्या भागासाठी फांसना शिखराचा वापर करत असत. मुखमंडप, मंडप, अंतराळ आणि गर्भगृह अशा सर्वच इमारतींच्या शिखरांमध्ये विविधता इथे दिसते. मात्र, विविधता असूनही या चारही इमारती वेगळ्या सुट्या वाटत नाहीत. चार प्रकारची फुलं एकत्र करून सुंदरसा गुच्छ बनवावा तशी एकजिनसी रचना जाणवते.

बाराव्या शतकापर्यंतच्या महाराष्ट्रातील प्राचीन मंदिराची थोडक्यात कल्पना इथवर नक्कीच स्पष्ट झाली असावी. आता यापुढील काळात स्थापत्यात कसे बदल झाले, याचीही ओळख पुढच्या प्रकरणात करून घेऊ.

शिवमंदिर - अन्वा

अन्वा येथील मंदिर हे अप्रतिम शिल्पसौंदर्याचा नमुना आहे. महाराष्ट्रातील उत्कृष्ट मंदिरांपैकी मराठवाड्यातील अन्वा गावातले शिवमंदिर मुळात विष्णूचे मंदिर होते. साधारण चार फूट जगतीवर - जोत्यावर उभे हे मंदिर पूर्वी संरक्षक तटात होते. सध्या तटबंदी ढासळलेली आहे. जोत्यावर बारीक नक्षीकामाचे पट्टे आहेत. लहान चौरसाकार गाभारा, अंतराळ, खुला मंडप आणि अर्धमंडप व मुखमंडप असे मंदिराचे भाग आहेत.

आठ पायऱ्या चढून जोत्यावर चढले की मुखमंडप येतो. या पायऱ्यांपाशीच जय-विजय हे वैष्णव द्वारपाल आपले स्वागत करतात. कोरीव थर असणारा हा ओटा मंदिराच्या कोनांप्रमाणेच कोन काढून बांधला आहे. ओट्याचा आकार मंदिरापेक्षा चार-पाच फूट अधिक मोठा आहे. त्यामुळे मंदिराभोवती या ओट्यावरून प्रदक्षिणा घालता येते. मंदिर आणि ओटा ही तारकाकृती आहे. मंदिराच्या पीठावर पद्म, उपान, रत्न, कणी, हंस कीर्तिमुख असे थर दिसतात.

जंघा भागाच्या खालच्या थरातही छोट्या-छोट्या देवळ्या-रथिकांमध्ये प्रतिमा कोरल्या आहेत. जंघा भागावर देवीच्या प्रतिमा अधिक प्रमाणात दिसतात. या बहुतेक सर्वच वैष्णव पंथाच्या देवी प्रतिमा आहेत. तीन प्रमुख मोठ्या देवकोष्ठांपैकी दोन देवकोष्ठामंध्ये गजलक्ष्मी आणि वराहमूर्ती आहे. देवकोष्ठांच्या वरच्या पट्ट्यातही छोट्या देवळ्यांची रांग असून त्यात लहान लहान प्रतिमा आहेत.

मंडपाला अर्धे खांब आणि बुटकी निम्म्या उंचीची भिंत आहे. त्यावर बाहेरून वेगवेगळे नक्षीचे थर आहेत. मंडप चौरस आहे. मुखमंडप आणि दोन बाजूंना अर्धमंडप आहेत. मध्यभागी रंगशिला आहे, मात्र थोडी उंच आहे. सध्या हे शिवमंदिर बनवले असल्यामुळे या रंगशिलेवर नंदी नंतरच्या काळात ठेवला आहे.

मंडपाचे छत तर अप्रतिम आणि अवघड कलाकारीने आपली नजर खिळवून ठेवते. घुमटासारखे गोलाकार म्हणजेच करोटक वितान या मंडपावर घडवले आहे. अष्टकोनी आकार तयार करणाऱ्या तुळयांवर छत पेलले आहे. खाली उतरलेल्या कमळाकार नक्षीभोवती एकापेक्षा एक मोठी होणारी सात एककेंद्री वर्तुळे घडवून विस्तृत मंडप केला आहे. छतावरच्या नक्षीचे अंबरनाथ मंदिरातील छताच्या नक्षीशी साधर्म्य दिसते. तरीही अप्रतिम सौंदर्यपूर्ण नाजूक नक्षीकामाचे असे दुसरे वितान महाराष्ट्रात क्वचितच दिसेल. मंडपात पूर्वी खांबांच्या बाजूला मदनिका असाव्यात, असा अंदाज करण्यास पोषक अवशेष दिसतात.

अन्वा येथील शिवमंदिरात एकूण लहान-मोठे मिळून पन्नास स्तंभ आहेत. बारा प्रमुख खांब आहेत. आठ खांब थोडे सडपातळ असून तीन दिशांच्या प्रवेशद्वारांपाशी आहेत. अंतराळासमोर तसेच सडपातळ स्तंभ येतात. उरलेले तीस खांब अर्ध्या, बुटक्या भिंतींच्या मधे राहून छताला आधार देताना दिसतात.

अंतराळ चौरस असून त्यावरही गोलाकार शिखर आहे. गाभाऱ्याच्या प्रवेशद्वारावर पाच शाखा आहेत. यात शार्दूल, पुष्प, स्तंभ, पुष्प आणि विद्याधर या शाखांचा समावेश आहे. या शाखांच्या तळाशी वैष्णव प्रतिमा आहेत. ललाटावर गणेशप्रतिमा आहे. उत्तरांगावर लहान लहान पाच देवळ्या आहेत. त्यातील प्रतिमांपैकी

विष्णू आपले वाहन गरूड यासह दाखवणारी प्रतिमा मधे आहे. स्तंभशाखांच्या मधल्या चौकोनी पृष्ठभागावर उत्तरेला विष्णू, तर दक्षिण बाजूला लक्ष्मीच्या लहान लहान प्रतिमा आहेत. या वैष्णवमूर्तीवरून हे विष्णू मंदिरच असल्याचे सहज लक्षात येते.

जंघा भागावर इंच न् इंच नक्षीकाम दिसते. पन्नासहून अधिक मूर्ती जंघा भागावर आहेत. या सर्वच वैष्णव देव-देवतांच्या आहेत. यात देवी प्रतिमा जास्त आहेत. लक्ष्मी, गजलक्ष्मी, मेधा, शान्ति, रति, तुष्टी, लज्जा, श्रद्धा अशा वैष्णवमूर्ती इथे अधिक आहेत. यावरून हे वैष्णवपंथातल्या देवीचे, कदाचित लक्ष्मीचे मंदिर असावे. या मंदिराचा काळ इ.स. १२ वे शतक हा असावा, असे शिल्पांकनावरून स्पष्ट होते.

राजघराणी, अर्थकारण व मंदिराचे उद्देश

सम्राट अशोकाच्या राज्याचा महाराष्ट्र आणि कोकण हा एक भाग होता. कोकणात आपला यवन सहायक धर्मरक्षित याला अशोकाने स्वत:च्या धर्माची माहिती देण्यासाठी पाठवले. कोकणच्या उत्तर भागाला त्या काळात अपरान्त म्हणत असत. उर्वरित महाराष्ट्रात महाधर्मरक्षित याला अशोकाने पाठवले. मुंबईजवळचे उपनगर वसईच्या जवळचे नालासोपारा हे ठिकाण पूर्वी शूर्पारक म्हणून प्रसिद्ध होते. या शूर्पारकाला अशोकाचा शिलालेख मिळाला आहे. या सर्व भागावर त्याची सत्ता होती. मौर्यांनंतर सातवाहन हे भारतातले महत्त्वाचे राजे. या राजघराण्याने बौद्धांप्रमाणेच वैदिक धर्मालाही आश्रय दिला. देश-विदेशात व्यापार, मुबलक नाणी, धार्मिक अनुष्ठाने आणि यज्ञ आणि मुख्य म्हणजे कोरीव लेण्यांच्या निर्मितीने सातवाहन घराणे इतिहासात अमर झाले.

सातवाहनानंतर आभीर, त्रैकूटक आणि वाकाटक ही महत्त्वाची बलशाली राजघराणी महाराष्ट्राच्या विविध भागांत राज्य करत होती. आभीरांचा अंमल गुजरात, उत्तर कोकण, पश्चिम महाराष्ट्र या प्रदेशावर होता. त्रैकूटकांची सत्ता प्रामुख्याने नाशिक भागात होती. त्यांचे ताम्रपट, चांदीची नाणी गुजरातेत सूरतपासून पुणे, सातारा या भागापर्यंत विस्तृत प्रदेशात विखुरलेली आढळतात.

वाकाटक हे इ.स. ३०० ते ६००च्या काळात प्रभावी होते. संपूर्ण विदर्भ आणि मध्य प्रदेशचा सीमाभाग या प्रदेशात त्यांचे राज्य होते. वाकाटकांची सून आणि गुप्त सम्राट चंद्रगुप्त विक्रमादित्य याची मुलगी प्रभावती गुप्त हिने महाराष्ट्रात बांधीव मंदिरांची परंपरा सुरू केली, असे सध्या उपलब्ध पुराव्यांवरून स्पष्ट होते. दगड आणि विटा यांचा वापर करून तिच्या काळात उभारलेली मंदिरे विदर्भात रामटेक, मांढळ, मनसर, पवनार इत्यादी भागांत आढळली आहेत. ही बहुतांश मंदिरे वैष्णव होती. महाराष्ट्रातील आद्यमंदिरे विष्णूची आहेत.

वाकाटकांच्या काळातच अजिंठा, पितळखोरा अशा ठिकाणी काही लेण्यांची निर्मिती केली गेली. हिंदू आणि बौद्ध परंपरांना समान राजाश्रय देणाऱ्या या राजघराण्याच्या अस्तानंतरचा महाराष्ट्राचा इतिहास सुस्पष्ट करण्याइतके प्रबळ पुरावे नाहीत. सध्याच्या कर्नाटक प्रांतात, विशेषत: उत्तर कर्नाटकात चालुक्यांचे राज्य होते. इ.स.सहाशे ते आठशे या काळात प्रभावी असणाऱ्या या चालुक्यांचा महाराष्ट्राच्या बऱ्याच भूभागावर अंमल होता. सध्याच्या विजापूरजवळ असलेल्या बादामी या ठिकाणी चालुक्यांची राजधानी होती. साधारणत: इ.स. ६१० ते ६४२ या सालात दुसरा पुलकेशी चालुक्य सत्तेवर होता. त्याच्या एका शिलालेखात 'तीन महाराष्ट्रक' असा उल्लेख येतो. 'तीन महाराष्ट्र' या भागात ९९ हजार गाव होती, असाही उल्लेख येतो. याच पुलकेशी दुसरा याने हर्षवर्धनाचा पराभव केला होता. त्याच्या अंमलाखाली महाराष्ट्रात बौद्ध आणि हिंदू धर्मांना समान उत्तेजन दिले गेले. खरं तर पूर्ण भारतवर्षात सर्वच धर्म, पंथ प्राचीन काळात सलोख्याने राहत असत.

चालुक्यांनी बादामी, एहोळे, पट्टदकल या आणि दक्षिण महाराष्ट्र, उत्तर कर्नाटक या भूभागांत उत्तम मंदिरं निर्माण केली.

सहाव्या शतकाअखेर महाराष्ट्रात राष्ट्रकूट घराण्याची सत्ता उदयाला आली. याच राष्ट्रकूट राजांपैकी कृष्ण पहिला याने गुजरात, मध्य प्रदेश, विदर्भ, महाराष्ट्र, कोकण अशा विस्तृत प्रदेशावर स्वामित्व मिळवले. कलेच्या जागतिक इतिहासात आश्चर्य ठरणारे वेरूळचे कैलास लेणे राष्ट्रकूट कृष्ण पहिला याच्याच काळात घडवले गेले. दंतिदुर्ग, कृष्ण, गोविंद तिसरा, ध्रुव या राष्ट्रकूट राजांनी राज्यविस्ताराबरोबरच महाराष्ट्राच्या आर्थिक आणि सांस्कृतिक जीवनाच्या स्वस्थतेवर भर दिला. हिंदू, जैन धर्मांना राजाश्रय देणाऱ्या या राष्ट्रकूटांचे अनेक ताम्रपट महाराष्ट्रात उपलब्ध झाले आहेत.

या राष्ट्रकूटानंतर पुन्हा चालुक्यांनी महाराष्ट्राचा ताबा घेतला. माळवा म्हणजेच मध्य प्रदेशच्या भागातले परमार महाराष्ट्रावर सत्ता गाजवू इच्छित होते. चालुक्यांनी त्यांना परतवून लावले. इ.स. ९७०-८०च्या काळातला चालुक्य तैलप याने हा पराक्रम केला. पहिला आणि दुसरा सोमेश्वर, विक्रमादित्य सहावा हे चालुक्यांचे महत्त्वाचे राजे! पहिला सोमेश्वर पराक्रमी होता. नेपाळ, श्रीलंका, कोकण, कोसल या भागांवर यशस्वी मोहिमा आखल्याचा उल्लेख त्यांच्या शिलालेखात सापडतो.

विशेष म्हणजे, सोमेश्वर चालुक्य पहिला याने कोल्लापूर, अर्थात कोल्हापूर येथील जनतेला चोळ हे तंजावर भागातले राजे सतावत असत. त्यांचा पुरता बंदोबस्त याने केला. म्हणजेच महाराष्ट्राशी त्याचा घनिष्ठ संबंध होता. इथल्या जनतेचा रक्षक म्हणून सोमेश्वराने महत्त्वाचे काम केले. यानंतरचा महत्त्वाचा चालुक्य राजा

इ.स. १०७६ ते ११२६ या काळातला विक्रमादित्य सहावा. होयसळ, कदंब, यादव यांची घुसखोरी बंद करून त्याने चांगला वचक निर्माण केला. कोकणात राज्य करणाऱ्या शिलाहार घराण्याच्या राजकन्येशी त्याने विवाह केला. विदर्भावर विजय मिळवला. शिवाय श्रीलंकेला वकील पाठवून आपले सांस्कृतिक संबंध दृढ केले. या राजांच्या काळात सागरकिनारे आणि आरमार यांचाही विचार केला जात असे. कर्नाटक, महाराष्ट्र यांना एकत्र ठेवणारे त्या काळातले चालुक्य कलाप्रेमी, साहित्यप्रेमी होते. त्यांचा इ.स. ११२६ ते ११३८ या काळात राज्य करणारा सोमेश्वर तिसरा याने मानसोल्लास म्हणजेच अभिलषितार्थ चिंतामणी असे ग्रंथ निर्माण केले. विद्वान, लेखक, तत्त्वचिंतक आणि पराक्रमी योद्धा म्हणून हा सोमेश्वर तिसरा इतिहासात नावाजला होता. महाराष्ट्राच्या मातीचाच हा गुण मानावा लागेल. इथले बहुतांश शासक गुणवान निघाले. ज्ञान, विज्ञान, तत्त्वज्ञान, साहित्य, कला, मुत्सद्देगिरी आणि लढाऊ बाणा इथल्या हवेतच मुरलाय. संपूर्ण भारताच्या इतिहासात महाराष्ट्राचे महत्त्व फार पूर्वीपासून स्पष्टपणे लक्षात येते. या प्रदेशावर स्वामित्व मिळवण्यासाठी सर्वजण धडपडत असल्याचे दिसते. सागरी व्यापराची सुविधा देणारा विस्तृत किनारा हेदेखील यात महत्त्वाचे कारण होते. त्यामुळे कोकणात राज्य करणारे शिलाहार राजघराणेसुद्धा सतत दक्ष राहत असे. उत्तर कोकण, दक्षिण कोकण आणि दक्षिण महाराष्ट्रात विशेषत: कऱ्हाड, मिरज, कोल्हापूर या भागांत शिलाहारांचे राज्य होते. इ.स. ९०० ते १३०० अशा चारशे वर्षांमध्ये त्यांनी उत्तम राज्यकारभार पाहिला. कोकण, दक्षिण महाराष्ट्रात अनेक शिलालेख त्यांच्या कर्तृत्वाची साक्ष देतात. मुख्य म्हणजे कोल्हापूरच्या महालक्ष्मीचे ते परमभक्त होते. महाराष्ट्रात दिसणारे पहिले भूमिज मंदिर या शिलाहार राजघराण्याच्या प्रोत्साहनातूनच निर्माण झाले आहे.

शिलाहार राजा भोज दुसरा याने साधारणत: इ.स. ११७५ ते १२१२ या काळात राज्य केले. कोल्हापूर, वळवडे, प्रणालक म्हणजेच पन्हाळा ही त्याच्या काळात महत्त्वाची शहरे होती. पन्हाळा किल्ला त्याच्याच काळात बांधला असावा. कारण येथे उन्हाळ्यात त्याची राजधानी हलवली जात असे. त्याच्या कारकिर्दीतले अनेक शिलालेख सापडले आहेत. त्यात भोज शिलाहार हा उत्कृष्ट दाता, कर्तृत्ववान, युद्धनिपुण, नीतिनिपुण प्रशासक असल्याचे वर्णन येते. विविध विद्या, कलांचा आश्रयदाता होता, तसेच राजा भोज याने हिंदू आणि जैन धर्मांसाठी देणग्या दिल्या. कोल्हापूरच्या श्रीमहालक्ष्मीदेवीचा स्वत:ला वरप्रसाद मिळाल्याचा उल्लेख त्याच्या ताम्रपटात येतो. कोल्हापूरच्या महालक्ष्मीच्या त्रिकाल नैवेद्याची व्यवस्था व्हावी म्हणून त्याने इ.स. ११९० मध्ये कोप्परवाड गावाची जमीन दान दिल्याचा उल्लेख मिळतो. जैन आणि हिंदू विद्वानांना राजाश्रय देणाऱ्या भोजानेच कोल्हापूरजवळ खिद्रापूरचे अप्रतिम मंदिर घडवण्याची व्यवस्था केली. स्वर्गमंडप आणि अप्रतिम मूर्तींनी नटलेले कोपेश्वराचे

मंदिर त्याने घडवून घेतले. त्याचा पराभव करणारा खरे तर शिलाहारांची सत्ता संपवणारा यादव घराण्याचा राजा सिंघण याने खिद्रापूरच्या कोप्पेश्वर मंदिराला भेट दिली. तिथल्या कामासाठी देवाच्या पूजा-नैवेद्यासाठी शिलाहार भोजाने दिलेले इनाम कायम केले. शिवाय स्वत:तर्फे यादव सिंघण याने आणखी दान देऊन कोप्पेश्वर मंदिराची व्यवस्था लावली.

यादव हे तर महाराष्ट्राचे सर्वज्ञात शासक. यादवांची राजधानी प्रथम सिन्नर या नाशिक जिल्ह्यातल्या गावी असावी. पुढे त्यांनी औरंगाबादजवळच्या देवगिरीला आपली राजधानी हलवली. महाराष्ट्राचे खऱ्या अर्थाने राजे असणाऱ्या यादवांचे अनेक लेख, ताम्रपट, मंदिरे महाराष्ट्रभर आढळतात. कोकणातले शिलाहार, गोव्यातले कदंब, माळव्याचे परमार, गुजरातचे वाघेल, आंध्रतले काकतीय या समकालीन राजांना त्यांनी अनेकदा पाणी पाजले. साधारणत: इ.स. ११५० ते १३१७ या काळात यादवांनी महाराष्ट्रावर राज्य केले. मात्र, इ.स. १२९४ मध्ये अल्लाउद्दीन खिलजीने त्यांना जबरदस्त धक्का दिला. इ.स. १३०७ मध्ये मलिक कफूर या खिलजीच्या सेनापतीने पुन्हा यादव राज्य हादरवले. यादव राजे शंकरदेव आणि हरपालदेव यांच्या हत्यांनी इथले संपन्न सांस्कृतिक जीवन आणि सलोख्याचे राजकीय जीवन संपुष्टात आले. यादवांनंतर यवनांच्या रूपात इथे खऱ्या अर्थाने 'यादवी' सुरू झाली.

यादवांचे सुमारे साडेचारशे शिलालेख आजवर सापडले आहेत. राजकीय स्थैर्य देण्याबरोबरच यादवांनी आर्थिक सुरक्षितता देण्याचा प्रयत्न केला. सांस्कृतिक, सामाजिक घडामोडींमध्ये सहिष्णूता दाखवली. चक्रधरस्वामींचा महानुभाव पंथ याच काळात उदयास आला. पूर्वापार चालणारी पंढरीची वारी ज्ञानेश्वर, नामदेवांसारख्या संतांनी भक्तिसंप्रदायाचे अधिष्ठान दिल्याने जोमाने सुरू झाली. वारकरी संप्रदायाने मराठी मनाच्या तत्त्वविचारांना, आध्यात्मिकतेला समर्पणाचे वळण प्राप्त झाले. मराठी भाषेतील अद्वितीय ग्रंथरचना याच काळात घडल्या. मराठी भाषा, साहित्य, आध्यात्मिक विचार यांनी परिपूर्ण असे आगळेवेगळे व्यक्तिमत्त्व महाराष्ट्राला लाभले ते यादवांच्या काळात.

इथवरचा मजकूर वाचून वाचकांना नक्कीच संभ्रम पडला असावा, मंदिर स्थापत्याच्या पुस्तकात दुसऱ्या कोणत्या पुस्तकाची पाने नजरचुकीने घुसडली गेली की काय! स्थापत्य, कला यांची चर्चा करायचे सोडून राजे, राजघराणी यांची माहिती देण्याचा उद्देश काय?

अगदी थोडक्यात महाराष्ट्रातील महत्त्वाचे राजे-घराण्यांचा परिचय करून दिला आहे. साधारण इ.स. ३०० ते १३०० या हजार वर्षांमध्ये विविध घराणी आणि शासक इथे होऊन गेले. आजूबाजूच्या प्रांतांमध्ये ज्यांचे मूळ आहे असेही शासक त्यात होतेच. इथल्या भाषेवर, संस्कृती, साहित्य आणि कलेवर त्याचा स्पष्ट परिणाम दिसून येतो. या

सर्वांनी अधिकाधिक भूभाग मिळवण्यासाठी सतत युद्धे केली तरीही संस्कृती आणि कला यांच्या संवर्धनाला, जतनाला कोणीही पायबंद घातला नाही. आपल्या आधीच्या शासकाने उभारलेल्या मंदिराची किंवा आपण पराभूत केलेल्या राजाच्या आराध्यदेवतेची कसल्याही प्रकारची अवहेलना, उपेक्षा कोणी केल्याचं दिसत नाही. उलट अर्ध्या राहिलेल्या कामाला पूर्ण करण्यासाठी आवश्यक देणग्या, पूर्ण मंदिरांच्या देखभालीसाठी आर्थिक तरतूद इथल्या राजांनी केली. धार्मिक भावनांचा आदर करण्याची, तसेच कलाकारांच्या कौशल्याची कदर करण्याची परंपरा खरं तर भारतभर रुजली होती.

धर्म आणि कलेव्यतिरिक्त मंदिरांना संरक्षण, मदत देण्यामागे सामाजिक कारणही महत्त्वाचे होते. मंदिरांच्या उभारणीचे उद्देश लक्षात घेणेही आवश्यक आहे. वर उल्लेखलेल्या बऱ्याचशा राजघराण्यांची स्वत:ची नाणी अस्तित्वात नव्हती. यात वाकाटकही आले. गुप्तांच्या प्रभावाने विशिष्ट प्रकारची ब्राह्मी लिपी वापरणारे, वैष्णव पंथाला उत्तेजन देणारे, त्यांच्या पद्धतीप्रमाणे संस्कृत भाषा वापरणारे, मंदिरे उभारणारे वाकाटक गुप्तांप्रमाणे नाणी पाडताना दिसत नाहीत. शिलाहार, यादव, राष्ट्रकूट यांचीही नाणी सापडत नाहीत. नाण्यांचा अभाव हे अर्थव्यवस्था खालावण्याचे लक्षण अर्थशास्त्रज्ञ मानतात. नाणी नाहीत म्हणजे व्यापार नाही. आंतरराष्ट्रीय व्यापारही कठीणच. उलट सातवाहनांच्या असंख्य प्रकारच्या नाण्यांमुळे त्यांनी रोमची बाजारपेठ काबीज करण्याचे श्रेय मिळवले. नंतरच्या या राजांनी नाणी का पाडली नाहीत? त्यांचे व्यापारी व्यवहार कसे चालत असावेत? व्यापार नसेल तर राज्याच्या अर्थव्यवस्थेची चक्रे फिरणार कशी? वस्तू विनिमयाच्या मर्यादा तर माणसाला आधीच लक्षात आल्या होत्या; यांना इतका वेळ लागला त्यासाठी? अर्थव्यवस्था सुमार होती तर मंदिरे कशी निर्माण झाली? त्यासाठी लागणारा पैसा कोठून, कसा आला?

केवळ मंदिरेच नव्हे तर राष्ट्रकूट, शिलाहार, चालुक्य यांनी उत्तमोत्तम गडकोट-देखील बांधले. यातले कित्येक शिवाजीमहाराजांनी दुरुस्त केले. आजही त्यांच्या भिंती-बुरुज उभे आहेत. या सर्व बांधकामासाठी पैसा कोठून, कसा आला?

मंदिरांचा धार्मिक उद्देश वर्णन करण्याची गरज नाही. कला, स्थापत्यशास्त्राचा आविष्कार घडवण्यासाठी मंदिरे उभारली हे वेगळे विशद करण्याचीही गरज नाही. चालुक्यांच्या राज्यात ऐहोळेला असणारे लाडखान मंदिर पाहून 'संथागारा'ची आठवण काढणारे अभ्यासक मंदिराचा दुसरा उद्देश आपल्यासमोर मांडतात. कोणतीही प्रगत प्रसारमाध्यमे नसण्याचा तो काळ. ग्रामपंचायत किंवा चावडीसारख्या ठिकाणी जशा ग्रामसभा भरतात तशा संथागारात भरायचा तो काळ. प्रशासन आणि जनतेच्या संवादाची ती जागा असायची. ग्रामसभा, कर जमा करून घेणे, शासनाच्या महत्त्वाच्या धोरणांची जनतेला कल्पना देणे अशी प्रशासनाशी संबंधित कामे करण्याची सर्वमान्य जागा म्हणजे

मंदिर! शिवाय परिसरातल्या कलाकारांच्या कलाविष्कारासाठी मंदिर ही हक्काची आणि श्रद्धेची जागा असायची. गायन, वादन किंवा नृत्याप्रमाणेच नाटक सादर करण्यासाठी मंदिराचे आवार उपयोगी असायचे. महाराष्ट्रात तर बहुतांश मंदिरे प्राकारयुक्त आहेत. सभोवताली मोकळी जागा, एका बाजूला विहीर, कुण्ड किंवा पुष्करणी, प्राकाराभोवती मजबूत भिंत, किमान दोन प्रवेशद्वारे असे सर्वसाधारणपणे मंदिराचे 'लॅण्ड स्केपिंग' करत असत. जवळच नदी असेल तर आवारात कुण्ड किंवा बारवेला स्थान दिले नाही तरी चालत असे.

ऐहोळे, पट्टदकलसारख्या गावामंध्ये मंदिरांप्रमाणेच अनेक शिलालेखही सापडले आहेत. त्यात गावातल्या श्रेणी संघांचेही उल्लेख येतात. व्यापारीमंडळी, त्यातही साधारणतः एकाच प्रकारचा व्यापार करणाऱ्यांचा एक संघ असायचा. कारागिर मंडळीचेही असे संघ असायचे. श्रेणी या धनिक श्रीमंत संघटना गरजूंना कर्ज द्यायच्या. आवश्यक तिथे आर्थिक हातभार उपलब्ध करून द्यायच्या. कलाकार, कारागिर, अभ्यासक एवढेच काय कित्येकदा राजादेखील श्रेणींकडून कर्जाऊ रक्कम उचलत असे. सामाजिक, धार्मिक उत्सवांना आर्थिक हातभार लावण्यात त्याचा सिंहाचा वाटा असायचा. एकूणच असे व्यापारी संघ, श्रेणी यांचे काम मंदिराच्या आवारात चालायचे. त्यांनाही सभा, चर्चा योजनांची आखणी करणे यासाठी एकत्र जमण्याची गरज होतीच. हे काम मंदिर परिसरातच चालायचे. एकाच गावात अनेक मंदिरे किंवा जवळजवळच्या प्रत्येक गावागणिक मंदिर आढळण्यामागचे कारण याच मार्गाने समजून घेता येते. इतक्या प्रकारच्या लोकांना, कामांना मंदिराने व्यासपीठ मिळवून दिले.

प्रतिभावंतांच्या अभिजात कला तर सर्वसामान्यांच्या लोककला मंदिराच्या यात्रा-जत्रांमध्येच फुलल्या, बहरल्या. घरोघरी देव्हाऱ्यात कुलदेवता, इष्टदेवता, आराध्य देवता, उपास्य देवतांच्या पूजाअर्चा होत असल्या तरी गावोगावी असणाऱ्या मंदिरांमध्ये सर्वसामान्य लोकांकडची लग्ने, नामकरण, उपनयन, श्राद्धविधींसाठीही मंदिरांचाच उपयोग होत असे. म्हणूनच एखादे मंदिर ही त्या त्या गावाची ओळख असते. प्रतिष्ठा, अस्मिता असते. आजही आपल्याकडचे अनेकजण 'आमच्या गावच्या देवाची यात्रा आहे. म्हणत ऑफिसला रजा मागतात. जत्रेत मुलांना एकदा तरी न्यावे असे आपल्याला वाटते. गावच्या देवाच्या यात्रेत पूजेचा, प्रसादाचा, पोशाखाचा, पालखीचा मान असणारे अनेकजण असतात. पूर्वापार परंपरेने अमुक एका घराण्यानेच ही कामे करायची, असे ठरलेले असते. काम साधेसेच, सोपे असते; पण अमाप प्रतिष्ठेचे असते.

एकंदरीतच समाजाच्या विविध पैलूंशी निगडित असे हे मंदिर! जीवनाच्या प्रत्येक घडीला साक्षीदार असणारे हे मंदिर! आपल्या बुद्धीला मोठे आव्हान देणारी ही सर्व मंदिरे उभारताना बारीक नक्षीकाम, मूर्तिकाम कोरताना कलाकारांकडून चूक झालीच

नव्हती का? एखादीही चुकलेली, वरिष्ठांकडून नाकारली गेलेली मूर्ती, नक्षीकामाची शिळा या अवाढव्य डोंगर-दऱ्यांमध्ये सापडू नये हे आश्चर्यच नव्हे का? या सर्व उभारणी कामाला लागणारा पैसा कोठून कशा स्वरूपात उपलब्ध झाला, हे पण स्पष्ट होऊ नये हेदेखील आश्चर्यच नव्हे का? स्थापत्याचे प्रगत आराखडे प्रत्यक्षात उतरवणाऱ्या वास्तुविशारदांचे, अभियंत्यांचे प्रशिक्षण करणाऱ्या विद्यापीठांमध्ये कसे शिकवत असतील? असंख्य दिशांनी येणाऱ्या अनेक प्रश्नामधले हे काही वेचक वेधक प्रश्न बहुतांशी योग्य, सुस्पष्ट उत्तर न सापडलेलेच अधिक!

तरीही वेगवेगळ्या घराण्यांच्या राजांनी मंदिरउभारणीला दिलेल्या प्रोत्साहनाची कारणे याच प्रश्नांमध्ये दडली आहेत हे नक्की. म्हणूनच या मंदिरांचा अभ्यास करणे आवश्यक ठरते. व्यक्तिशः मला नेहमी निसर्ग सर्वश्रेष्ठ वाटतो. जे जे निरुपयोगी ते ते निसर्गातून नामशेष होते. त्या वस्तू तो टिकू देत नाही. निसर्गातून निर्माण झालेले पुन्हा निसर्गरूप बनते. मग हजारो वर्षे-नैसर्गिक गोष्टींचाच वापर करून घडवलेली ही मंदिरे अजूनही का टिकली? का उभे आहेत एकटे पडलेले ते गडकोट? त्यांचा काही ना काही उपयोग आपल्याला होऊ शकतो. नक्की काय ते आपण शोधायचे आहे. निसर्गात विनाशी, विघातक गोष्टींना थारा नाही. मान्यता नाही. त्यामुळे या सांस्कृतिक वास्तूंमध्ये विधायक, नव्या काळाच्या उभारणीचे रचनात्मक कार्य करण्याची जबाबदारी आपल्यावर येते. म्हणून या वास्तूंमागच्या प्रेरणा समजून घेणे आवश्यक आहे. त्यांनी आपल्या पिढ्या घडवण्यात बजावलेल्या महत्त्वपूर्ण भूमिकेचे आकलन आपल्याला व्हायला हवे.

हा उद्देश ठेवून विदर्भातल्या आद्य मंदिरांकडे बघितले तर काय दिसते? स्वतःला परम माहेश्वर म्हणवणारे वाकाटक विष्णुमंदिराच्या उभारणीला सहकार्य करतात. आज यात आपल्याला फार वेगळे, आश्चर्यकारक काही जाणवणार नाही; परंतु शैव, वैष्णव, शाक्त, गाणपत्य, जैन, बौद्ध यांच्या विविध पंथांमध्ये भिंती उभ्या राहण्याचा तो काळ होता. रामटेक, त्या काळातले रामगिरी येथे वराह, त्रिविक्रम, नरसिंह आणि विष्णूचे मंदिर उभे राहिले की अर्थातच तिथे कलाविष्काराचे व्यासपीठ तयार झाले. आविष्कार आणि त्यायोगे अर्थप्राप्ती, प्रतिष्ठा मिळणार म्हणजे कलाकारांची निर्मिती आणि एकत्रीकरण झाले असणार! कविकुलगुरू कालिदासाने याच रामगिरीवरून मेघामार्फत आपल्या प्रियेला संदेश पाठवला. 'मेघदूता'सारखे अद्वितीय काव्य रचले. कालिदासाला प्रभावतीने माहेरातून आमंत्रित केले आणि मंदिरांच्या सान्निध्यात राहण्याची त्यांची व्यवस्था केली. एक संस्कृतज्ज्ञ कवी आला. त्याच्याकडून काव्य, भाषा, व्याकरण शिकायला प्रभावतीचा मुलगा प्रवरसेन तिथे गेला. तसेच इतरही उत्साही लोक गेले असतील. त्यायोगे काय होणार? अर्थातच चांगली भाषा, चांगले विचार यांची देवाणघेवाण होणार. एका व्यक्तीकडून एका कुटुंबात काव्य, शास्त्र, विनोदाचा प्रसार होणार!

चांगली कलाकृती घडवण्यासाठी कलाकारांना चांगले विचार मनात आणणे आवश्यक असते. चार-सहा मंदिरे उभारून प्रभावतीने चांगल्या विचारांच्या आवश्यकतेचे बीज पेरले. साहित्य, शास्त्र कलांच्या क्षेत्रात जे झाले तेच व्यापाराच्या क्षेत्रात झाले असणार. वार्षिक उत्सव, वैष्णव मंदिरे असल्यामुळे कदाचित एकादशीला तिथे यात्रा भरत असावी. मेळे लागत असावेत. या ठिकाणी विक्री करण्यासाठी आपले उत्कृष्ट उत्पादन घेऊन पंचक्रोशीतले कारागिर, उत्पादक येत असावेत. चांगले उत्पादन बाजारात आणायचे म्हणजे विचारपूर्वक, मेहनतीने वस्तू घडवायला हव्यात. शिक्षणाची विविध क्षेत्रे जशी कार्यप्रवण बनली तशीच उत्पादकांचीही गुणवत्ता सुधारण्याचा उद्देश या मंदिरांनी साध्य केला असावा.

वेगवेगळ्या भागांतून लोक येणार; येणार ते रस्ते चांगले हवेत. त्यावर निवास, पाणी, जेवण-खाण्याच्या सुविधा हव्यात. इथे प्रशासनाला उत्कृष्टतेच्या गुणवत्तेच्या परीक्षेला बसायला हवे. चांगले आणि गावागावातून जाणारे रस्ते बांधणे हे त्यांचेच काम. पांथस्थांची सोय करण्यासाठी त्या गावांमध्येही मंदिरेच उभारली असणार; ज्यांच्या आवारात निवासव्यवस्था करता येईल. गावातल्या लोकांना या मार्गाने प्रवास करणाऱ्या व्यापाऱ्यांकडच्या वस्तू खरेदी करण्याची संधी उपलब्ध होत असावी. त्या गावातल्या उत्पादनांनाही अशा रूपात खरेदीदार मिळाले असतील. अर्थव्यवस्था अशीच तर चालत राहते.

एका साध्या उदाहरणावरून थोडक्यात मंदिराच्या माध्यमातून सांस्कृतिक, आर्थिक आणि सामाजिक क्षेत्रात कसे कार्य चालत असावे, याची कल्पना नक्कीच आली असेल.

हेच तेरच्या मंदिरांबाबतही म्हणता येईल. तेर किंवा तगर, तगरपूर हे सातवाहनांच्या काळापासून महत्त्वाचे शहर म्हणून भारताच्या नकाशावर नोंदले गेले. पुढे आंतरराष्ट्रीय व्यापाराने इटली, अफगाणिस्तानशी जोडले गेले आणि जागतिक नकाशावरही तेरला ठळक स्थान मिळाले. उस्मानाबादपासून २४ कि.मी.वर तेरणा नदीकाठी वसलेल्या तेरमध्ये सध्या रामलिंगप्पा खंडप्पा लामतुरे संग्रहालयात तेरचे प्राचीन वैभव काय होते, याची झलक मिळते. शिवाय त्रिविक्रम, कालेश्वर आणि उत्तरेश्वर ही महत्त्वाची तीन मंदिरेही इथे आहेत.

बौद्ध धर्माला राजाश्रय देणाऱ्या सातवाहनांच्या शेवटच्या काळात तेरचे त्रिविक्रम मंदिरे घडवले गेले असावे. छोट्या प्राकारात उभारलेले हे मंदिर चापाकार आहे. घोड्याच्या नालेप्रमाणे त्याचा गाभारा अर्धगोलाकार आहे. मुळात बौद्ध धर्माला समर्पित असलेल्या या मंदिराची ठेवण एखाद्या कोरीव चैत्यगृहाप्रमाणे असल्याचे नवल वाटण्याची आवश्यकता नाही. लेणी खोदण्यासाठी हवेत डोंगर. ते सर्वत्र कसे असणार?

बौद्ध संघाचे अध्यापन, सर्वसामान्यांसाठी प्रवचन अशा कार्यांसाठी सपाट भूमी असणाऱ्या प्रदेशात मंदिर उभारणेच त्या काळात आवश्यक ठरले असावे. त्यातलाच हा एक प्रयोग, सध्या आपण त्याला त्रिविक्रम मंदिर म्हणतो. लहानशा प्राकारात उभारलेले विटांचे हे मंदिर बांधताना चिखलाचा वापर प्लास्टरसारखा आणि दोन विटांना जोडण्यासाठी केला आहे.

त्रिविक्रम मंदिर घडवले. त्यानंतर साधारण शंभर-दीडशे वर्षांनी उत्तरेश्वर आणि नंतर कालेश्वर मंदिर तेरमध्ये घडवले गेले. इ.स. ४०० पासून ६००-६५० पर्यंतचा काळ. आज तीन मंदिरे आपल्याला दिसतात. अशीच विटा, लाकूड यांचा वापर करून कदाचित आणखी मंदिरे या परिसरात बांधली गेली असतील. काळाच्या रेट्यापुढे त्यांची नामोनिशाणीही टिकाव धरू शकली नसणार. जे शिल्लक आहे त्यावरूनही तेरच्या ऐतिहासिक महत्त्वाची कल्पना येते. उत्खननात सापडलेल्या इतर लहान-मोठ्या वस्तूही तेरचे स्थान, प्रगत नागरी जीवन अधोरेखित करतात. इथली संपन्नता आंतरराष्ट्रीय व्यापारी संपर्कातून आली आहे. तेरला हस्तिदंताच्या वस्तू बनवणाऱ्या कारागिरांचे कारखाने होते. सांचीच्या स्तूपाची तोरणे प्रसिद्ध आहेत. तेरच्या हस्तिदंत कारागिरांच्या श्रेणीने सांचीला दान दिल्याचा उल्लेख सांचीच्या तोरणावरील शिलालेखात येतो.

तेरचा उल्लेख टॉलेमी आणि 'पेरिप्लस ऑफ द इरिथ्रियन सी' या प्रवासवर्णनाच्या लेखकाने केला आहे. मसुलीपट्टम ते पैठण या व्यापारी मार्गावरचे तेर हे महत्त्वाचे ठिकाण. व्यापारी सार्थवाहांच्या विश्रामासाठी धाराशिव परिसरात कोरीव गुंफाही आहेत. पूर्व किनारपट्टीकडून निघणारा राजमार्ग मसुलीपट्टम, विनुकोण्डा, भाग्यनगर, कल्याणी, तेर, पैठण, नाशिक येथून एक भडोचकडे तर दुसरा जुन्नर, नाणेघाटमार्गे कल्याणकडे जात असे. यातील कल्याणी म्हणजेच उत्तर कर्नाटकातील चालुक्यांच्या राजधानीचे शहर. भाग्यनगर म्हणजे सध्याचे हैदराबाद. वर दिलेल्या यादीतील सर्वच गावांमध्ये लेणी, मंदिरांची परंपरा आढळते.

आता नजरेसमोर चित्र उभे राहते आहे... निळ्या स्वच्छ आकाशाच्या पार्श्वभूमीवर बोलक्या मूर्ती आणि लयदार नक्षीच्या लाटांनी उठून दिसणारे मंदिर... सभोवती ठराविक आखीवरेखीव रस्त्यांवर शिस्तबद्ध मांडलेली दुकाने... घोड्या-खेचरांवर वेगवेगळ्या वस्तूंनी भरलेल्या पोत्यांची ने-आण करणारे सार्थवाह सोन्या-चांदीच्या नाण्यांच्या माध्यमातून व्यापारी सौदे ठरत असतील...

आधुनिक शहरातही कापडगंज, सराफकट्टा, खाऊ गल्ली, भाजीमंडई, धान्यबाजार, बुरूड आळी, कुंभारवाडा, तांबट गल्ली असे विभाग आढळतात. एकाच प्रकारचे व्यापारी, कारागिर एका ठराविक ठिकाणी एकत्र व्यवसाय थाटतात. पूर्वीही काही वेगळे घडत नसणार. फक्त प्रत्येक व्यावसायिक क्षेत्राच्या मध्यवर्ती असावे एखादे मंदिर!

वेगवेगळ्या घराण्याच्या राजांनी कितीही युद्धे केली तरी मंदिरांना संरक्षण आणि सर्वतोपरी प्रोत्साहनच दिले. यामागे धार्मिक श्रद्धेप्रमाणेच आर्थिक कारणही होते. हे आता लक्षात येते. मुघल आक्रमकांनी मंदिरांमध्ये फक्त धर्मच पाहिला. त्यांच्या आवारात चालणाऱ्या अर्थकारणाचा बोध त्यांना झालाच नाही. मग मंदिराच्या माध्यमातून होणारे सांस्कृतिक, सामाजिक आणि शैक्षणिक कार्य त्यांना काय कळणार? म्हणूनच मुघल आक्रमकांमुळे खऱ्या अर्थाने देश हादरला. त्यांच्या आधी काही कमी आक्रमक आले असे नव्हे; पण जे आले त्यांनी इथे केवळ विनाश मांडला नाही. त्यांच्या परंपरांशी, धार्मिक समजुतींशी, अर्थव्यवस्थेशी, व्यापाराशी इथल्या समाजात आढळणारी साम्य-स्थाने त्यांनी शोधली. आधी आलेले शक, हूण, कुशाण वगैरे मंडळी मूर्तिपूजक होती. इथल्या समाजात चालणाऱ्या मूर्तिपूजेने त्या आक्रमकांना कदाचित आत्मीयता, वचक जाणवला असावा. मुघल आक्रमक मर्तिपूजेच्या विरोधात असल्यामुळे संघर्षाला प्रबळ कारण मिळाले. इतिहासाला, भारतीय विचारांना वेगळेच वळण यातून मिळाले.

एकूणच अशा विविध अंगांनी भारतीय जीवनात महत्त्वाची भूमिका बजावणारी मंदिरे अभ्यासताना अनेक गोष्टींचा विचार करावा लागतो. महाराष्ट्राच्या मंदिर स्थापत्याचा अभ्यासही त्याला अपवाद नाही. महाराष्ट्र तर व्यापार, कारागिरी, कलाकौशल्याच्या बाबतीत नेहमीच आघाडीवर होता. कर्नाटकातल्या चालुक्यांच्या प्रभावाने घडवलेल्या नाशिक, कोल्हापूर, नांदेड, औरंगाबाद जिल्ह्यांतल्या महत्त्वाच्या मंदिरांचा थोडक्यात परिचय आपण करून घेतला आहेच. सप्तमातृका, अष्टदिक्पाल, गजलक्ष्मी, कीर्तिमुख, कक्षासन खांबांच्या वर तरंगहस्तांवर कीचक अशी त्यांची महत्त्वाची वैशिष्ट्ये सहज लक्षात येतात. प्राकार, अधिष्ठान, अधिष्ठापासूनच सुरू होणारे नक्षीचे थर, आडव्या पट्ट्यांमध्ये 'कपोत' ही अर्धगोलाकार नक्षी सुरीच्या पात्यासारखी तशीच गुळगुळीत पट्टी असणारे 'कणी'चे पट्टे, या आडवेपणाला छेद देत उभटपणाचा आभास वाढवणारे शिखरावरचे सरळ रेषांमधले कोरीव काम, उरूश्रृंग आणि अंगश्रृंगांचा योजनाबद्ध, कलात्मक वापर, वेगळेपण ठसवण्यासाठी नक्षीदार जाळीच्या चौकटींचा वापर, देवासमोर कला सादर करण्यासाठी रंगशीला मंडपाच्या मधोमध कोरण्याचा सुज्ञपणा अशा कितीतरी गोष्टींनी-वैशिष्ट्यांनी महाराष्ट्रातील मंदिरे स्थापत्यकलेत वेगळेपणाचा ठसा उमटवतात.

चालुक्यांचे राजकीय प्रभुत्व इथल्या काही भूप्रदेशावर होते. म्हणून इथल्या स्थापत्यशैलीवर त्यांच्या मूळ प्रांतातल्या शैलीचा प्रभाव दिसतो, असे म्हणता येणार नाही. त्यांचा राजकीय प्रभाव इथे नसता तरीही हे घडलेच असते. कारण प्राचीन भारतात कलाकारांना, त्यांच्या प्रतिभेच्या आविष्काराला कसलेही बंधन नव्हते. विभिन्न

प्रांतातले, राज्यांतले कलाकार, अभ्यासक, विद्वान मंडळी सर्वत्र मुक्तसंचार करू शकत नव्हे, करतच असत. विचारांची देवाणघेवाण, शंका, चर्चा, वादविवाद सर्वच क्षेत्रांतली मंडळी करत असत. आपल्या कलाकृतीच्या उठावदारपणासाठी इतरांकडच्या कल्पना वापरण्यात कोणालाही कमीपणा वाटत नसे. त्यातही महाराष्ट्र म्हणजे तर उत्तर व दक्षिण भारताला जोडण्याचा दुवाच! दोन्ही दिशांकडून मिळणाऱ्या उत्तम गोष्टी आपल्या पूर्वजांनी आत्मसात केल्या.

शिवाय महत्त्वाचे म्हणजे सर्वच मंदिरे केवळ राजाश्रयातूनच निर्माण झाली असे नव्हते. व्यापारी संघांनी, धनिकांनी एकत्र येऊन मंदिरे बांधल्याचे उल्लेख येतात. तसे शिलालेखात पुरावेही सापडतात.

मंदिरांना महाराष्ट्रात एकापेक्षा अधिक गाभारे असण्यासाठी हे घटकही कारणीभूत ठरले असतील. 'सर्व देव नमस्कार: केशवम् प्रतिगच्छति' हा समज दृढ असला तरी वेगवेगळ्या प्रमुख धार्मिक पंथांना एकत्र आणण्यासाठी मंदिर उपयोगी पडले. आश्रयदात्यांमध्ये वेगवेगळ्या पंथांच्या लोकांचा अंतर्भाव असल्यामुळे अधिक गाभारे बांधून वेगवेगळ्या देवमूर्तींची पूजा करण्याची सोय स्थपतींनी साधली.

वेगवेगळ्या कलापरंपरांचा अभ्यास करून, चांगल्या गोष्टी एकत्र करून आपली कलाकृती आगळीवेगळी, आजच्या तरुणाईच्या भाषेत 'हटके' बनवण्याचा प्रयत्न सिन्नरच्या आयेश्वर मंदिरात दिसतो. सिन्नर म्हणजे पूर्वीचे श्रीनगर. हे यादवकाळापर्यंत व्यापार, उद्योगधंद्यांमुळे भरभराटीला आलेले शहर होते. म्हणूनच यादवांनी सुरुवातीला सिन्नरला आपली राजधानी केली. आजही अनेक मंदिरांचे अवशेष या परिसरात गतवैभवाची साक्ष देत विखुरलेले आहेत.

आयेश्वर आणि गोंदेश्वर ही त्यातली उल्लेखनीय मंदिरे. यातल्या आयेश्वर मंदिराचा थोडक्यात परिचय आपण करून घेतला आहे. भारतीय मंदिर प्रकारांमध्ये दक्षिणेतले द्राविड, उत्तरेतले नागर आणि तिसरा प्रकार म्हणजे वेसर हे सर्वज्ञातच आहे. नागर आणि द्राविड प्रकारांच्या काही विशिष्ट बाबींचे एकत्रीकरण करून स्थानिक घटकांसह तयार झाली ती वेसर मंदिरपद्धती. चालुक्यांच्या राज्यात काही वेसर प्रकारची मंदिरे घडवली गेली. सर्वात महत्त्वाची, जगप्रसिद्ध वेसर मंदिरे उभारली होयसळ राजांनी. बेलूर, हळेबीडची अप्रतिम बारीक कोरीवकामाने लगडलेली मंदिरे जगप्रसिद्ध आहेत. दक्षिण कर्नाटक-द्वारसमुद्रम्‌चे होयसळ यांनी कर्नाट शैलीची वेसर मंदिरे घडवली. तशाच पद्धतीची महाराष्ट्रातदेखील बरीच मंदिरे घडवली असणार. मात्र, फारच थोडी सध्या शिल्लक आहेत. इ.स. पहिल्या शतकात वेसर स्थापत्य प्रकार उदयाला आला असावा. सिन्नरचे आयेश्वर मंदिर वेसर प्रकारचे आहे. या पूर्वाभिमुख मंदिराच्या मंडपावरचे छत

पूर्णपणे पडलेले आहे. गाभाऱ्याचे शिखरही अर्धवट पडलेल्या अवस्थेत आहे. मुखमंडप, मंडप, अंतराळ आणि गाभारा असे या मंदिराचे प्रमुख भाग आहेत.

अंतराळाच्या कमानीवर नटराज, लक्ष्मी, गाभाऱ्याच्या ललाटबिंबावर सप्तमातृका, अंतराळाच्या छतावर अष्टदिक्पाल अशा मूर्तींनी हे मंदिर नटलेले आहे. उत्तर चालुक्य काळातील मंदिराप्रमाणे स्तंभ आणि गाभाऱ्याला बाहेरून कर्नाटक शैलीचे अर्धस्तंभ कोरलेले दिसतात. कर्नाटकातली वैशिष्ट्ये शोधताना गुजरातमधील सोळंकी मंदिरांप्रमाणेच खांबावर कीचकहस्त कोरलेले दिसतात. अधिष्ठान कर्नाट प्रकाराशी जवळीक साधणारे आहे.

गोंदेश्वर मंदिर – सिन्नर

सिन्नरमधील गोंदेश्वर हेदेखील पूर्वाभिमुख मंदिर आहे. मात्र, हे वेसर प्रकारचे नाही, तर भूमीज प्रकारचे सर्वात सुंदर मंदिर आहे. मोकळ्या प्राकारात सीमाभिंतीच्या आत गोंदेश्वर मंदिर उभे आहे. विशेष म्हणजे हे पंचायतन आहे. एकाच अधिष्ठानावर प्रमुख मंदिर आणि चार कोपऱ्यांमध्ये चार उपमंदिरे आहेत. मधले प्रमुख मंदिर शिवाचे असल्याने हे शिवपंचायतन म्हणायचे. समोरचा नदीमंडपही लहानशा मंदिरासारखाच आहे. मुख्य मंदिराचा तलविन्यास–प्लॅन अंबरनाथच्या मंदिरासारखा आहे. मुखमंडपाच्या रचनेत फक्त फरक दिसतो. इथे मुखमंडपात असलेले कक्षासन अंबरनाथला दिसत नाही.

अधिष्ठानावर गजथर उंच आणि बाहेर आलेला आहे. रत्नांचे निदर्शक चौकट, पद्म, कणी, वर पुन्हा पद्म असे थर कोरून त्यावर हत्ती म्हणजेच गजथर दाखवले आहेत. जंघा भागावरील तीनही देवकोष्ठ आज रिकामे आहेत. उभ्या कोनाकोनांनी बनलेल्या भिंती सुरेख, सुबक या कोरीव कामाने नटलेल्या आहेत. मूर्तींची लक्षणीय रेलेचल नसली तरी सुरसुंदरीच्या प्रतिमा तीनही अर्धमंडपाच्या बाहेरच्या भिंतीवर दिसतात.

मंडपाचे छत संवरण प्रकारचे आहे. पिरॅमिडसारखे निमुळते होत जाणारे टोकदार शिखर घडवताना कोरीव नक्षीकामाच्या पायऱ्यांची रचना केलेली असते. म्हणजे शिखर साधे सपाट निरस दिसत नाही. मंदिराच्या इतर कोरीवकामाशी लय जुळवत स्वत:चे वेगळेपण जपणारे संवरण शिखर मुख्य शिखरापेक्षा बुटके, बसके असते. त्यामुळे अंतराळावरचे शुकनास किंवा अर्धगोलाकार शिखर आणि गाभाऱ्यावरचे उभे उंच शिखर या दोघांच्या सौंदर्यात भरच पडते. मंदिरासमोर उभे राहिले किंवा एका बाजूने बघितले तर चढत्या क्रमाने रचलेली ही शिखरे फारच सुंदर दिसतात.

गोंदेश्वराचा मंडप चौरस असून यात चार प्रमुख स्तंभांच्या मध्ये रंगशीला आहे. त्यांच्यावर छत पेलले आहे. वरून पिरॅमिडसारखे दिसणारे शिखर आतून गोलाकार

कोरले आहे. मधोमध कमळ कोरले आहे. प्रवेशद्वारावर वेली, कमळ, स्तंभ, चौकट आणि वर्तुळाकार नक्षीच्या पाच शाखा आहेत. म्हणजे पंचशाख प्रवेशद्वार आहे. त्याच्यावर पाच लहान आकाराची मंदिरे दाखवली आहेत. या देवळांमध्ये तसेच दोन देवळांच्या मधे प्रत्येकी एकेक मूर्ती कोरलेली आहे. म्हणजे एकूण नऊ देव-देवतांच्या मूर्ती आहेत. उंबऱ्यापाशी भरलेले घट किंवा निधी दाखवले आहेत.

गोंदेश्वर मंदिराच्या मंडपातील स्तंभही अंबरनाथच्या मंदिरातील स्तंभांशी साम्य दाखवतात. प्लॅन तर दोन चौकट टोके जोडून ठेवतात तसा आहेच. शिवाय स्तंभांमध्येही सारखेपणा दिसतो. वरच्या हस्तांवर आकर्षक स्त्रीप्रतिमा कोरल्या आहेत. सोळंकी पद्धतीचे असले तरी स्वत:चे वेगळेपण जपणारे सुंदर स्तंभ इथे आहेत.

गाभाऱ्याच्या प्रवेशद्वारावर शैव द्वारपाल आहेत. मंदिराच्या समोर नदीमंडप आहे. मुख्य मंडपाच्या कोनाकोनांवर शक्तींसह अष्टदिक्पाल दाखवले आहेत. भिंतींवरच्या देवकोष्ठांमधील देवप्रतिमा गायब झाल्या आहेत. मुख्य मंदिरावरच्या या शैव अलंकरणामुळे ते शिवाचेच असल्याचे स्पष्ट होते.

नदीमंडप एखाद्या मंदिरासारखा पण खुला आहे. वर शंकूसारखे शिखर आहे. पूर्वाभिमुख मंदिराकडे तोंड करून म्हणजेच पश्चिमाभिमुख नदीमंडप आहे. इथेही अर्धमंडपासारख्या कक्षासनांची रचना केली आहे. त्यामुळे पूर्ण भिंतींनी मंडप बंदिस्त न होता अर्धस्तंभ आल्याने हवेशीर प्रकाशमान बनतो.

मुख्य शिवमंदिराच्या भोवती प्रदक्षिणा घालताना विष्णू, गणेश, पार्वती आणि सूर्याची मंदिरे दिसतात. मुख्य मंदिराच्या सौंदर्यात बाधा येणार नाही. उलट अधिकच मनोहारी देखावा तयार होईल अशी या उपमंदिरांची ठेवण आहे. महाराष्ट्रातला हा सर्वात मोठा भव्य सप्तरथ, सप्तभूम देव प्रासाद साधारणत: इ.स. १२ व्या शतकाच्या मध्यात घडवला गेला असावा. सुमारे इ.स. ११६५च्या दरम्यान राज्यावर असणाऱ्या यादव गोविंद याच्या नावे हे मंदिर बांधले असावे. गोविंदेश्वर नावाचा अपभ्रंश होऊन आज गोंदेश्वर झाले असावे.

नाशिक परिसरातली आयेश्वर, गोंदेश्वर, अंजनेरी, झोडगे अशी काही महत्त्वाची मंदिरे बघताना या परिसराचे महत्त्वही लक्षात येते. रामायणात पंचवटी म्हणून उल्लेखलेले शहर म्हणजे आजचे नाशिक. मात्र, थेट अश्मयुगापासून अखंड जीवनाचा ओघ वाहणाऱ्या या शहरात कोठेही रामायणकालीन ठोस पुरातत्त्वीय अवशेष सापडले नाहीत. हे विशेष! नवटेक- नऊ टेकड्यांच्या परिसरात मातीचे भराव घालून हे शहर वसवले गेले. सध्या मातीची गढी म्हणून प्रसिद्ध असलेल्या ठिकाणी इ.स. १९५०-५१ सालात पुरातत्त्वीय उत्खनने करण्यात आली. या उत्खननात इ.स. १००० पासूनच्या वस्तीचा पुरावा सापडला. ताम्रपाषाणयुगात या परिसरात वस्ती होती. त्यानंतर मौर्य-सातवाहन

काळात हे महत्त्वाचे शहर होते. सातवाहन काळातील अवशेषांमध्ये रोमन बनावटीची लाल चमकदार मातीची भांडी, रोमन पद्धतीचे काचेचे मणी आणि इतर विदेशी वस्तू लोकांच्या नित्य वापरात असल्याचा स्पष्ट पुरावा आहे.

गंगावाडीच्या परिसरात अश्मयुगीन पुरावा सापडला आहे. पर्यटकांना आणि भाविकांना नाशिकचे वेगळे महत्त्व सांगण्याची गरज नाही; पण या शहराच्या इतिहासात आज डोकावून पाहिले तर हे व्यापारीदृष्ट्या, सांस्कृतिक, राजकीयदृष्ट्या महत्त्वाचे शहर असल्याचे दिसते. त्रिकूटविषय, विपराष्ट्र, नासिक्य अशा नावांनी प्राचीन साहित्यात व ताम्रपटात नाशिकचा संदर्भ येतो.

सातवाहन राजांच्या काळात नाशिकला अतिशय महत्त्व होते. सातवाहनांच्या तिसऱ्या राजापासूनच नाशिकचे महत्त्व वाढले. इथल्या पांडवलेण्यांमध्ये १४ व्या लेण्यात कृष्ण राजा आणि नाशिकचा स्पष्ट उल्लेख येतो. नाशिक-गोवर्धन हा प्रशासकीय विभाग असून सातवाहनांचे तेथे शिवस्कंद विष्णुपालित, श्रमण हे दोन महत्त्वाचे अमात्य होऊन गेल्याचे शिलालेखांवरून समजते. इथे एकूण २४ लेण्यांचा समूह 'पांडवलेणी' म्हणून प्रसिद्ध आहे. ही मुख्यत: सातवाहनांनी कोरवलेली लेणी. क्षत्रप हे गुजरात सौराष्ट्र, काठेवाड परिसरात असणारे शासक आणि सातवाहन यांच्यात नाशिक जिंकण्यासाठी सतत संघर्ष होत असे.

क्षत्रप म्हणजे प्रशासक. अलेक्झांडर पराभूत होऊन भारतातून गेल्यानंतर जिंकलेल्या भूभागाचे काम पाहण्यासाठी प्रशासक नेमून गेला. पुढे त्यांनी राजाप्रमाणेच सत्ता गाजवली. त्यांनाच क्षत्रप म्हणतात. क्षहरात आणि कार्दमक या दोन कुळांचे क्षत्रप होते. यापैकी शहरात नहपान यांच्या सत्तेखाली नाशिक होते. नहपानाचा शिलालेख पांडवलेण्यांच्या १० व्या लेण्यात मागच्या भिंतीवर कोरला आहे. नहपान आणि त्याचा जावई उषवदत्त आणि मुलगी दक्षमित्रा यांनी नाशिक परिसरात केलेल्या समाजोपयोगी कामांची माहिती या लेखात येते. त्यात पर्यटकांसाठी विश्रामगृह, नद्यांवर होड्यांची सोय, पाणपोया, बौद्ध लेणी कोरणे, पाण्याच्या टाक्या खोदणे, वृक्षदान, सुवर्णदान, गोदान गावे म्हणजेच ग्रामदान, तसेच तत्कालीन चलनी नाणी 'कार्षापण' दान दिल्याचे स्पष्टच उल्लेख केले आहेत.

या नहपानाला गौतमीपुत्र सातकर्णीने पराभूत केले आणि क्षहरात वंश नेस्तनाबूत केला. 'शकनिषूदन' पदवी घेऊन गौतमीपुत्र सातकर्णीने आपला पराक्रम नाशिकच्याच पांडव लेण्यांमध्ये क्रमांक तीनच्या लेण्यात लिहून ठेवला आहे.

नाशिकजवळ जोगळटेंभी येथे नहपानाची टांकसाळ होती. तेथे त्याच्या चेहऱ्याची प्रतिमा असलेली नाणी बनवली जात. खरोष्ठी व ब्राह्मी लिपीत त्यावर लेख लिहिलेला असे. खरोष्ठी मुख्यत: वायव्य भारतात, आणि सध्याचा पाकिस्तान, अफगाणिस्तान

म्हणजेच पूर्वीचा गांधार प्रदेश या भागात प्रचलित होती. म्हणजे नाशिकला बनवलेली नाणी व्यापारासाठी इतक्या दूरवर वापरात होती. याच प्रतिमायुक्त नाण्यावर आपले चिन्ह उमटवून गौतमीपुत्र, सातकर्णीने नहपानाला संपवण्याच्या आपल्या पराक्रमाची बातमी पोहोचवली. जोगळटेंभीला अशी हजारो नाणी सापडली आहेत.

बौद्ध धर्माचा दक्षिण भारतात प्रसार सुरू झाला तो नाशिकपासूनच. 'महामयूरी' या बौद्ध ग्रंथामध्ये नाशिक हे 'सुंदर' नामक यक्षाचे स्थान असल्याचे म्हटले आहे. जैन धर्मालाही नाशिकने आश्रय दिला. जैनांचे आठवे तीर्थंकर चंद्रप्रभसुरी यांनी नाशिकमध्ये कुंतीविहार नावाचे मंदिर बांधले होते. अशी नोंद १४ व्या शतकातील ग्रंथात आहे. मात्र, उत्खननात असे काही अवशेष मिळाले नाहीत. तरीही नाशिकपासून ४-५ मैलांवरच्या चामर किंवा चांभार लेण्यांवरून आणि गावातल्या जुन्या जैन मंदिरावरून जैन धर्माच्या लोकप्रियतेची साक्ष पटते.

आता आपल्याला नक्कीच प्रश्न पडतो की, एवढ्याच कारणांसाठी नाशिक प्रसिद्ध होते, तर अशीच खूप गावे इतरत्रही होतीच. मग सातवाहन, क्षत्रप वगैरे राजांनी नाशिकच जिंकण्याचा चंग का बांधला? नाशिकसाठी एवढी युद्धे का केली? अशी आणखी काय खास बात होती नाशिकमध्ये जी जवळपासच्या इतर गावांमध्ये नव्हती?

नाशिक हे भरूकच्छ या गुजरातेतील बंदराकडे जाणाऱ्या मार्गावरील मुख्य केंद्र होते. भरूकच्छ म्हणजेच आजचे भडोच. परदेशी व्यापार करून पैसा मिळवण्याचा हा राजमार्ग. नाशिकचे महत्त्व महामार्गामुळे वाढले, तसेच व्यापारी श्रेणींमुळेदेखील वाढले. विविध कारागिर, व्यापारी यांच्या आजच्यासारख्याच प्राचीन काळातही संघटना होत्या. लोकांना कर्ज देणे-घेणे, ठेवींवर व्याज देणे, आपल्या संघटनेच्या सदस्यांच्या सुरक्षेची मालाची ने-आण करण्याची जबाबदारी घेणे, आर्थिक मदत देणे याबाबत या श्रेणी जागरूक असत. ही त्यांची महत्त्वाची कामे असत. नाशिकच्या श्रेणी-संघटना सर्वाधिक श्रीमंत होत्या.

सातवाहन काळात पश्चिमी देशांशी जमीनमार्गे तसेच सागरी मार्गाने व्यापार मोठ्या प्रमाणात होत असे. भडोच, नालासोपारा, कल्याण ही पश्चिम किनाऱ्यावरील मोठी बंदरे होती. त्यातही भडोच हे सर्वात महत्त्वाचे मोठे बंदर 'पेरिप्लस ऑफ दी इरिथ्रियम सी' या ग्रंथात म्हटल्याप्रमाणे भरुकच्छ बंदरात अनेक जहाजे रोज ये-जा करत असत. शेकड्यांनी जहाजे माल उतरवण्या-चढवण्यासाठी नांगरलेली असत. पैठण, नगर, उज्जैनहून सर्वाधिक माल येत असे. भडोचकडे जाणारे दोन नैसर्गिक रस्ते होते. पैठणहून सुरू होणारा मार्ग वेरूळ, पितळखोरे, बहाळ, प्रकाशे या गावांवरून तापी नदीच्या खोऱ्यातून भडोचला पोहोचत असे, तर दुसरा पैठण, नेवासा, नाशिक म्हणजेच गोदावरीच्या खोऱ्यातून जात असे. वर उल्लेखलेल्या गावांमध्ये विस्तृत उत्खनने

झाली आहेत. प्राचीन लेणी, मंदिरे यांच्याप्रमाणेच नाणी, दैनंदिन वापराच्या अनेक प्रकारच्या वस्तू, दागिने, धान्यांचे पुरावे या उत्खननामध्ये मोठ्या प्रमाणावर आढळून आल्याचे दिसते. प्राचीन रोम, ग्रीस, इटली यांच्याशी व्यापारी संबंध असल्यामुळे वेगवेगळ्या देशांमधील भांडी, दागिने, धार्मिक कामांसाठी, पूजांसाठी वापरण्याचे त्यांचे साहित्यही आढळले आहे.

भडोचप्रमाणेच शूर्पारक म्हणजे आजचे वसईजवळचे उपनगर नालासोपारा हेदेखील पूर्वी महत्त्वाचे बंदर हाते. सम्राट अशोकाचा शिलालेखही तिथे सापडला. या शूर्पारकला जाण्यासाठी नाशिकचा रस्ता सर्वात जवळचा होता. तसेच कल्याण बंदरात जाण्यासाठीही नाशिक मध्यवर्ती व जवळचे ठिकाण होते. कल्याण हे महत्त्वाचे बंदर तसेच उद्योगधंद्याचे मोठे केंद्र होते.

भडोचहून पुढे अनहिलापट्टण म्हणजे आजचे बडोदा, तक्षशिला, गांधार देश असा जमिनीमार्गे व्यापार होत असे. या सर्व व्यापारी महामार्गांवर बौद्ध लेणी, स्तूप, हिंदू लेणी व मंदिरांचे अवशेष आढळले आहेत. सम्राट अशोकानेही अशा व्यापारी मार्गांवर पाणपोया, यात्री निवास, माणसे व जनावरांसाठी रुग्णालये, सावलीसाठी वृक्ष-लागवड अशा सोई केल्याचे त्याच्या शिलालेखांमध्ये स्पष्टपणे नमूद केले आहे. हाच वारसा पुढील काळातल्या विविध राजांनी चालवला. नाशिकही या सर्वांना अपवाद नव्हते. विविध ठिकाणच्या उत्तमोत्तम वस्तू खरेदी करून गाड्या-घोड्यांवरून प्रामुख्याने व्यापारी पेठा, मोठी शहरे येथे विक्रीसाठी नेणे हे सार्थवाहांचे काम! अशा सार्थवाहांच्या आणि व्यापाऱ्यांच्या संघटना-श्रेणी नाशिकमध्ये मोठ्या संख्येने होत्या. बँकाप्रमाणेच काम करणाऱ्या या श्रेणींकडून राजेमहाराजेही अर्थसाह्य घेत असत. महामार्गावरच असल्याने नाशिकला जकातीचे उत्पन्नही भरघोस होतेच. मग एवढा पैसा असणाऱ्या शहराचे आकर्षण कोणत्या राजाला वाटणार नाही?

या सर्व कारणांमुळे नाशिक आणि परिसरात सांस्कृतिक घडामोडीही मोठ्या प्रमाणावर चालत असत. इ.स. पूर्व काळात सुरू झालेला व्यापार, उद्योगधंदे, सांस्कृतिक कार्य इ.स. १३०० पर्यंत अव्याहतपणे चालू होते. सिन्नरची मंदिरे, झोडगे, अंजनेरीची मंदिरे हीदेखील त्यातूनच निर्माण झाली.

माणकेश्वर मंदिर – झोडगे

झोडगे हे गाव आहे मालेगाव तालुक्यात. त्या परिसरात माणकेश्वर मंदिर म्हणून झोडग्याचे मंदिर परिचित आहे. सिन्नरच्या गोंदेश्वर मंदिराशी याचे साम्य सहज लक्षात येते. प्रथम लक्षणीय फरक आपण नोंदवून घेऊ. मुख्य म्हणजे गोंदेश्वरला एकच गाभारा

आहे, इथे तीन दिसतात. वास्तविक माणकेश्वर मंदिरालाही प्रथम एकच गाभारा होता. मंदिर पूर्ण झाल्यावर पन्नास–पाऊणशे वर्षांनी दुसरे दोन गाभारे तयार केले गेले. त्यासाठी मंडपाला दोन बाजूंना असणाऱ्या मुखमंडपाचे गाभाऱ्यात रूपांतर केले गेले. त्यामुळे त्यांच्यासमोरची अंतराळे लहान आहेत. ते काही पंचायतन नाही; परंतु इतरही पंथांच्या भक्तांचा विचार नंतर केला गेला आणि मुखमंडपाचे दोन गाभारे बनवले गेले.

तीनही गाभाऱ्यांना आता एकच सामायिक मंडप मिळाला. मुख्य गाभारा पश्चिमाभिमुख आहे. मंडपात एकही खांब नाही. मुखमंडपाला बुटक्या भिंती आहेत. समोर मुखमंडपाच्या बाहेर नंदीसाठी चौथरा केलेला दिसतो.

गोंदेश्वर मंदिर सप्तरथ सप्तभूम प्रासाद आहे. मुख्य शिखरावर एकावर एक शिखरांच्या छोट्या प्रतिमा रचतात, त्या सात आहेत. एकावर एक सात मजले रचल्यासारखे दिसते. भूमी म्हणजे मजला. सात मजले आहेत म्हणून सप्तभूमी शिखर म्हणायचे. एकावर एक असते तशीच एकाशेजारी एक अशीही शिखराच्या प्रतिकृतींची रांग असते. त्या रांगांना रथ म्हणतात. या आडव्या माळेत सात शिखरे गोंदेश्वरावर दिसतात म्हणून ते सप्तरथ शिखर म्हणायचे. झोडग्याच्या माणकेश्वर मंदिराचे शिखर पंचरथ सप्तभूम आहे.

शिखराच्या पुढच्या भागावर शुकनास आहे. शिखराला चिकटूनच घोड्याच्या नालेप्रमाणे अर्धगोल असे अंतराळाचे शिखर म्हणजे शुकनास. पुढच्या मंडपावर चौकोनी, टोकदार शंकूसारखे संवरण शिखर होते. बाजूची दोन, नंतरच्या काळात तयार झालेली गर्भगृहेदेखील पंचभूम शिखराने सुशोभित असावीत. या दोन्ही गर्भगृहांवर बाहेरच्या बाजूने कोणत्याही मूर्ती, शिल्पकाम दिसत नाही. त्या गाभाऱ्यांमधल्या देवतामूर्तीही गायब झालल्या आहेत. मंदिरात प्रवेश करण्याच्या मुखमंडपावरचे छप्परही अस्तित्वात नाही.

गोंदेश्वर मंदिरासारखे माणकेश्वर भव्य नाही, तसेच आतून कोरीव कामाने नटलेलेही नाही. इथले अधिष्ठान आणि मण्डोवर म्हणजे मंदिराची बाहेरची भिंतसुद्धा तुलनेने साधे आहेत. गाभारा आणि अंतराळाच्या भिंतीवर मात्र बाहेरून मूर्ती कोरलेल्या आहेत. मंडपात खांब नाहीत. मधोमध रंगशीला आहे; पण छत पेलणारे चार मुख्य स्तंभ जे साधारणतः प्रत्येक मंदिरात दिसतात ते इथे नाहीत. मंडपाचे संवरणपद्धतीचे छत पेलण्यासाठी चार दारांच्या बाजूला असणाऱ्या आठ अर्धस्तंभांचा वापर केला आहे. मुखमंडपाचे दोन समोरासमोरच्या गाभाऱ्यांमध्ये रूपांतर करण्याच्या वेळीच प्रत्येक दारालगत दोन असे आठ स्तंभ नव्याने उभारले गेले. स्तंभांच्या कोरीवकामात साधेपणा असला तरी सिन्नरच्या गोंदेश्वरातील स्तंभांशी असणारे साम्य लक्षात येते.

हे स्तंभ चौरस आहेत. छताला आधार देण्यासाठी हात पसरावेत तसे खांबाच्या वर हस्त असतात. त्यावर इथे नाग कोरलेले आहेत. मुखमंडपातील स्तंभ खरे जुने म्हणजे मंडपातल्या नागशीर्षहस्त असणाऱ्या स्तंभांपेक्षा साधारण पन्नास-पाऊणशे वर्षे जुने. या मुखमंडपातील स्तंभांचा आकारही चौरस आहे. तळखड्यावर म्हणजे खांबाच्या खालच्या जमिनीलगतच्या भागावर सुरसुंदरींची शिल्पे कोरली आहेत. वरच्या भागाला आठ कोन काढून त्यावर कलश कोरले आहेत. घट आणि त्यातून बाहेर आलेली पाने याला पूर्ण घट म्हणतात. त्यावर वर्तुळाकार कड्या आणि वर चौरस पीठ असावे तसे खांबाचे डोके-स्तंभशीर्ष आहे. त्यावर तरंगहस्त आहेत. हस्तांवर इथे नाग नाही, तर कीचक दाखवले आहेत. स्थापत्य आणि कलेतील वैशिष्ट्यांचा विचार करून संशोधकांनी या मंदिराचा रचनाकाळ इ.स. ११५०च्या आसपासचा असावा, असा अंदाज केला आहे.

जोगेश्वर मंदिर -देवळाणे

नाशिकच्या ईशान्येला साधारण ६५ कि.मी. अंतरावर देवळाणे गावातही असेच जुने वैशिष्ट्यपूर्ण मंदिर आहे. तीन गाभारे असणाऱ्या या जोगेश्वर मंदिरातही प्रथम एकच गाभारा होता. बाजूचे दोन नंतरच्या काळात बांधले गेले. मुखमंडपांचे रूपांतर गाभाऱ्यात घडवून झोडग्याच्या माणकेश्वर मंदिराची आठवण करून दिली आहे. पूर्वाभिमुख मुख्य गाभाऱ्याच्या भिंती बाहेरून पंचरथ आहेत. बाजूच्या दोन्ही गाभाऱ्यांच्या भिंती मात्र त्रिरथ आहेत. मात्र, साध्या, सपाट भिंती, माफक शिल्पकाम, हंसथर आणि कीर्तिमुखांचा थर हे जरा वेगळेपण म्हणता येईल. मुखमंडपातून आत जाण्याच्या दाराजवळ देवकोष्ठ करून त्यात द्वारपाल दाखवले आहेत. इथेही कक्षासने आहेत. आसनांमुळे मागच्या स्तंभांचे स्वरूप अर्धस्तंभांसारखे बनले आहे. वर देवकोष्ठांचा पट्टा आहे ज्यात देवतांच्या मूर्ती, नर्तक, वादकांची शिल्पे दिसतात.

आतला मंडप गूढमंडप म्हणजे पूर्णत: बंदिस्त स्वरूपाचा नाही. अर्धखुला म्हणजेच बाल्कनी असावी तसा अर्धी भिंत आणि अर्धे खांब या प्रकारचा आहे. मंडपात खांब नाहीत. लहान होत जाणाऱ्या वलयांनी बनलेले शिखर आहे. आतल्या सर्वात वरच्या वलयावर गोपी-कृष्णाचे शिल्प कोरले आहे. मंडपाच्या वरच्या वलयावर भिंती कोरीवकामाने नटलेल्या आहेत. मंडप फक्त मागच्या बाजूने बंदिस्त आहे. मंडपाचा बाह्यभाग आणि खांब तसेच मुखमंडप कोरीवकामाने नटले आहेत. मात्र, एकूणच जरुरीपुरते शिल्पकाम करण्याकडे कल असल्याचे दिसते. इंच न् इंच कोरून काढणाऱ्या कलाकारांची परंपरा असली तरी कौशल्य कमी होत असल्याचे जाणवते. मंडपाच्या

मागल्या भागात प्रत्येक कोपऱ्यात दोन अशी चार देवकोष्ठे कोरली आहेत. गर्भगृहाच्या मागील भिंतीतही तीन देवळ्या आहेत. त्यातील मूर्ती आज बेपत्ता आहेत. उंच अधिष्ठानावर उभारलेल्या या मंदिराचा काळ साधारणत: बाराव्या शतकाची अखेर किंवा तेराव्या शतकाचा आरंभ असा असावा.

नाशिकजवळ चांदवड तालुक्यात धोडांबे गावातही साधारणत: ११व्या शतकात घडवलेले मंदिर बघायला मिळते. मंडप, अंतराळ आणि गर्भगृह एवढेच सध्या शिल्लक असून मंदिर बरेच खराब अवस्थेत आहे. मुखमंडप नामशेष झाला आहे. आठ स्तंभांवर उभे असणारे हे मध्यम आकाराचे मंदिर आहे. मात्र, एकही खांब सुटा नसल्याने मंडप बिनखांबी दिसतो. खांबांच्या आधारानेच भिंती उभारलेल्या आहेत. अष्टदिक्पाल सुरसुंदरी आणि गाभाऱ्यावर बाहेरून तीन देवालयांमध्ये दिसणारी विष्णूची तीन स्वरूपे अशा काही मोजक्या मूर्तींनी मंदिर सजले आहे.

अंजनेरी

नाशिक–त्र्यंबकेश्वर मार्गावर नाशिकपासून साधारण २०–२२ किमी.वर अंजनेरी गाव आहे. इथली नाणकशास्त्रावर संशोधन करणारी संस्था आणि सोळा मंदिरांचा समूह नक्कीच बघण्यासारखे आहेत. सोळापैकी चार हिंदू मंदिरे असून बाकीची जैन आहेत. एकाच ठिकाणी नागर, भूमिज आणि फांसना अशा तीन प्रमुख शिखर प्रकारांची मंदिरे एकत्र असणे हे इथले प्रमुख वैशिष्ट्य! फार काही भव्य, प्रचंड नसली, बारीक आणि इंच न् इंच कोरीव कामाने नटलेली नसली तरीही अंजनेरीची मंदिरे महत्त्वाची आहेत. ती स्थापत्य परंपरेतील सातत्यासाठी! महासामंत सेऊणचंद्र यादव याचा शिलालेख इथे सापडला. इ.स. ११२० ते ११४५ हा सेऊणचंद्राचा काळ. म्हणजेच मंदिराच्या रचनेचाही हाच काळ असणार हे उघड आहे. तीर्थंकर चंद्रप्रभ यांच्या मंदिरासाठी घरे आणि दुकानांचे दान दिल्याचा उल्लेख या शिलालेखात केलाय. त्या घरे व दुकानांच्या उत्पन्नातून मंदिराची व्यवस्था पाहिली जावी, अशी आज्ञा केली आहे.

या ठिकाणी तीन मंदिरे आणि दोन मठ एका प्राकारात उभारलेले आहेत. ही तीनही मंदिरे नागर या उत्तर भारतात प्रचलित असणाऱ्या शैलीची आहेत. त्यांचा मुखमंडप आणि सभामंडप यांची रुंदी समानच आहे, हे आणखी एक वेगळेपण. साधारणत: मंदिरात प्रवेश करण्याचे दार झाकण्यासाठी व सुशोभित करण्यासाठी उभारलेला मुखमंडप–पोर्च हा मंडपापेक्षा लहान, कमी रुंदीचा असतो. या तीन नागरशैलीच्या मंदिरांची शिखरेही साधी, कोणतेही अलंकरण नसलेली आहेत. मंडपावर फांसना पद्धतीचे शिखर आहे.

विष्णूमंदिर – अंजनेरी

अंजेनेरीला शैव व वैष्णव मंदिरेदेखील आढळतात. यापैकी क्रमांक आठचे विष्णुमंदिर उल्लेखनीय आहे. या विष्णुमंदिराचे शिखर भूमिज प्रकारचे आहे. मंदिर पश्चिमाभिमुख असून जोते उंच आहे. सध्या मंडप, अंतराळ आणि गाभारा अस्त्विात आहेत. मुखमंडप मात्र पडून गेलेला आहे. शिखरही भग्नावस्थेत आहे. केवळ तीन लता आणि त्यावरचे चैत्य गवाक्ष म्हणजेच अर्धगोल नालेप्रमाणे कोरलेली नक्षी शिल्लक आहे. त्यावरून हे भूमिज शिखर असावे हे स्पष्ट होते. पंचभूम भूमिज प्रासाद प्रकारचे पाच आडवे शिखरपट्ट असणारे हे मंदिर होते.

गाभाऱ्याच्या दक्षिणेकडील भिंतीवर नरसिंह, पूर्वेला वराह आणि उत्तरेला वामन हे विष्णूचे अवतार दाखवणाऱ्या मूर्ती दिसतात, तर आतल्या बाजूला गाभाऱ्याच्या प्रवेशद्वारावर ललाटबिंबाच्या जागी विष्णूच दाखवला आहे. त्याच्या एका बाजूला शिव, तर दुसऱ्या बाजूला ब्रह्मा आहे. जवळच्याच जैन मंदिरांशी या मंदिराचे साधर्म्य लक्षात येण्यासारखे आहे. यांचा काळ साधारणत: जैन मंदिराच्या नंतरचा म्हणजे सुमारे बाराव्या शतकाची पहिली पंचवीस वर्षे हा असावा. एकूणच अंजनेरीला स्थापत्याची परंपरा जैन आणि हिंदू धर्मांसाठी समान कौशल्यांनी कार्यरत होती. देशाच्या विविध भागांतून येणारे व्यापारी, सार्थवाह, पर्यटक आणि राजकीय कामांसाठी भेट देणाऱ्या सर्वच प्रकारच्या प्रवाशांसाठी नाशिक परिसरात सोयी केल्या होत्या.

खानदेश

नाशिकहून भडोचच्या दिशेने जाणाऱ्या प्राचीन राजमार्गावरचा महत्त्वाचा भाग म्हणजे धुळे, चाळीसगाव, जळगावचा भूप्रदेश. पश्चिमवाहिनी तापी ही इथली महत्त्वाची नदी, शिवाय इतरही काही उपनद्यांनी हा भूप्रदेश सुजलाम् सुफलाम् बनवलाय. प्राचीन काळी 'ऋषिक' असे या प्रदेशाचे नाव होते. पूर्वेला विदर्भ, उत्तरेला अनुप किंवा महिषक म्हणजे माळवा, दक्षिणेला अश्मक म्हणजेच मराठवाडा असे प्रदेश होते. जोर्वे, नेवासा, दायमाबाद, बहाळ आणि प्रकाशे येथे विस्तृत उत्खनने झाली आहेत. सलग पण काळानुरूप बदलणाऱ्या जीवनपद्धतीचा पार अश्मयुगापासून लेखाजोखा मांडणे त्यामुळे शक्य झाले आहे. प्रगत नागरी जीवनाची आस धरून ताम्रपाषाण युगात इथे लोकांनी अपार मेहनत घेतली. सध्या या भागाला 'खानदेश' म्हणतात. हे नाव कशावरून आले असावे, याची चर्चा करताना अभ्यासक वेगवेगळे पर्याय समोर ठेवतात. इथे यादव राजा कान्हेरदेव याचे राज्य होते. म्हणून कान्हेरदेव – खानदेश असे नाव पडले. यादवांनी आपल्या जन्मभूमीचा उल्लेख 'सेऊणदेश' असा केला आहे. म्हणून सेऊणदेश – खानदेश असे रूप बदलत गेले, असेही म्हणतात.

सातवाहन, शुंग, क्षत्रप रुद्रदामन यांच्या राज्यात हा भूप्रदेश सामावलेला होता. त्यांच्यानंतर विदर्भाचे वाकाटक हे इथले प्रभावी शासक ठरले. वाकाटकांच्या अस्तानंतर ऋषिक प्रांतात आभीरांची सत्ता इ.स. ५-६व्या शतकात होती. पुढे दहाव्या शतकापर्यंत राष्ट्रकूटांच्या अंमलाखाली असणाऱ्या या प्रदेशावर यादवांचे राज्य आले. सिन्नरच्या यादवांनी या सर्व भागाला सेऊणदेश असे नामानिधान वापरले. इतर महाराष्ट्रात चालुक्यांचा अंमल पसरलेला असताना खानदेश मात्र त्यांना पूर्णत: जिंकता आला नाही. अल्लाउद्दीन खिलजीने इ.स. १३१० मध्ये यादवांवर आक्रमण केले तोवर येथेही शांतता, समृद्धीचे सुराज्य होते. याचे प्रतिबिंब मंदिर स्थापत्यातून दिसते. धुळे, जळगाव, चाळीसगाव या परिसरातील स्थापत्यदृष्ट्या वैशिष्ट्यपूर्ण मंदिरे आता थोडक्यात समजून घेऊ.

त्रिदल मंदिर – बलसाणे

अनेक मंदिरांपैकी बलसाणे येथील त्रिदल मंदिराचा क्रमांक पहिला लागेल. धुळ्याच्या ईशान्येला साधारण २५-३० किमीवर बलसाणे गाव आहे. इथे तीन गाभारे असणारे एकच मंदिर आहे. इतरही अनेक मंदिरांमध्ये हे जास्त महत्त्वाचे, कारण एकापेक्षा अधिक गाभारे असणाऱ्या मंदिरांपैकी हे सर्वात जुन्या स्थापत्यांपैकी एक आहे. मधोमध एकच सामायिक मंडप आणि तीन बाजूंना तीन गाभारे अशी रचना इथे दिसते. तीनही गाभाऱ्यांसमोर अंतराळ व्यवस्थित बांधला आहे. म्हणजे मंदिर पूर्ण झाल्यानंतर काही वर्षांनी मुखमंडपांचे गाभाऱ्यात रूपांतर केलेले नाही. मुख्य गाभारा शिवाचा आहे. याचे दार पश्चिमेला उघडते. म्हणजे मंदिर पश्चिमाभिमुख आहे. अंबरनाथ मंदिरात शिवलिंग हे सभामंडपाच्या जमिनीच्या खालच्या पातळीवर आहे. त्यामुळे गाभाऱ्यात पायऱ्या उतरून जावे लागते. इथे तसे होत नाही. कारण मंडपाच्या पातळीवरच गाभाऱ्याची जमीन आहे. अर्थात त्यामुळे व्यवस्थित, विकसित अंतराळ इथे बांधलेला दिसतो. दक्षिणेकडच्या गाभाऱ्यात मूर्तीसाठी करण्यात आलेले पीठ फक्त शिल्लक आहेत. त्यावरची मूर्ती दिसत नाही. याच्या ललाटबिंबावर गणेशप्रतिमा आहे, तर तिसऱ्या गाभाऱ्यावर बाहेरून देवप्रतिमा आणि प्रवेशद्वारावर असणाऱ्या स्त्री द्वारपालांच्या प्रतिमा बघून हे कोणाचे मंदिर असणार, हे सहज लक्षात येते. शिव, विष्णू आणि शक्ती या मराठी लोकांच्या प्रिय देवतांचे हे एकत्रित मंदिर होते.

तीनही गाभाऱ्यांचे प्रवेशद्वार विविध शाखांनी सुशोभित केले आहे. यात पुष्पशाखा, स्तंभशाखा, व्यालशाखा आणि वादक-नर्तकांच्या शाखा चटकन नजरेत भरतात. द्वारशाखेच्या चौकटीच्या ललाटबिंबाच्या वर असते ते उत्तरांग. या भागात शिल्पे, प्रतिमा कोरण्यासाठी दोन पट्ट तयार केले आहेत यातल्या खालच्या पट्टात

देवळ्या कोरल्या आहेत. या पाच देवळ्यांमध्ये वेगवेगळ्या देवमूर्ती कोरलेल्या दिसतात. त्यांच्या मधल्या जागेत काही मोठ्या प्रतिमा कोरल्या आहेत. हत्ती, सिंह यांच्या शिल्पांनी हा पट्ट सुशोभित केला आहे, तर वरच्या पट्टात अशाच देवकोष्ठांमध्ये वेगवेगळ्या प्रकारच्या नर्तिका दाखवल्या आहेत. उत्तरांगावर असणाऱ्या मूर्तींमध्ये गंगा, यमुना, चामरधारीणी, शैव, प्रतिहारी, गणेश, महिषासूरमर्दिनी अशा काही महत्त्वाच्या चट्कन ओळखू येणाऱ्या मूर्ती आहेत. मुख्य गाभाऱ्यासमोरचा नंदी बऱ्याच नंतरच्या काळात आणून ठेवलेला दिसतो. इथे भिंतीत असणारे कोनाडे सध्या रिक्तावस्थेत आहेत.

द्वारशाखेवर अगदी प्रारंभीच्या मंदिरांमध्ये गंगा-यमुना यांच्याच प्रतिमा दाखवण्याची पद्धत होती. मध्य प्रदेशात, गुप्त सम्राटांनी उभारलेल्या आद्य मंदिरांमध्ये देवगड, भूमरा, नचना कुठार वगैरे ठिकाणची उल्लेखनीय मंदिरे होत. यात गाभाऱ्याच्या द्वारशाखेवर गंगा-यमुना दिसतात. मगरीवर उभी गंगा आणि कासवावरची यमुना असते. नंतरच्या काळात प्रत्यक्ष आपल्या वाहनावर उभी न दाखवता ही वाहने छोट्याशा प्रतिमेच्या रूपात पायाजवळ दाखवू लागले. गंगेत भरपूर मगरी आहेत, तर यमुना कासवासारखी काळसर रंगाची संथ शांत म्हणून तिच्याजवळ कासव दाखवतात; पण गाभाऱ्याच्या दाराशी नद्यांच्या मूर्ती कशाला? नदीला आपल्या धर्मात, विचारपद्धतीत श्रद्धेचं, मानाचं स्थान आहे. त्यातही गंगा-यमुना या तर पावित्र्य आणि भक्तीच्या मूर्तिमंत प्रतीकच. दोघी एकत्र येतात तिथेच असते सरस्वती गुप्त रूपात. ही सरस्वती म्हणजेच समर्पणाचे प्रतीक! देवदर्शन दुरून, कोठूनही होईल; पण केवळ दर्शनानेच आपल्याला पवित्र करते गंगा. आपल्यात भक्तिभाव जागवते यमुना. पवित्र मनाने भक्ती करून देव भेटणार नाही त्यासाठी सरस्वतीसारखे अबोल, मनोमन समर्पण हवे. स्वत:ला त्याच्या पायी समर्पित करायला हवे. हाच संदेश आणि त्रिवेणी संगमाचा हाच खरा मार्ग देव भेटण्याचा. त्याचे स्मरण करून देण्यासाठी गाभाऱ्याच्या प्रवेशद्वारावर गंगा-यमुना दाखवतात. वेरूळच्या कैलास लेण्यात प्रवेश करताच समोर समृद्धीचे प्रतीक गजलक्ष्मी दिसते, तर डाव्या हाताला गंगा-यमुना-सरस्वतीच्या अप्रतिम मूर्तींचे सरिता मंदिर दिसते. याच कल्पनेतून बलसाणेच्या या त्रिदल मंदिराच्या मुख्य गाभाऱ्याच्या प्रवेशद्वारावर गंगा-यमुना दाखवलेल्या आहेत.

इथे मंडप चौरसाकार असल्यामुळे हा चतुरस्त्र प्रासाद बनला आहे. मधोमध चार प्रमुख स्तंभांमुळे वरचे घुमटाकार छत तोलले आहे. खांबांचे तीन प्रमुख भागात अलंकरण केले आहे. तळाचा भाग चौरस, स्तंभ दण्ड - मधला भाग आयताकार, तर वरचा भाग अष्टकोनी आहे. वर छत तोलण्यासाठी गोलाकार स्तंभशीर्ष आहे. तरंगहस्तांवर कीचक दाखवले आहेत. अंबरनाथच्या शिवमंदिरापेक्षा साधे, कमी

नक्षीकामाचे स्तंभ इथे दिसतात. मंडपाच्या छतावर तुळयांच्या पट्ट्या आणि मधल्या भागात वर्तुळाकार रचना आहे.

अधिष्ठानावर पद्म, कणी, उपान, कीर्तिमुख वगैरे स्तर आहेत; पण अंबरनाथ मंदिराप्रमाणे हत्तींचा थर दिसत नाही. त्यामुळे अर्थातच अधिष्ठानाची उंची कमी झाली आहे.

मंदिराची बाह्यभिंत म्हणजेच मण्डोवरही नक्षीने सुशोभित आहे; पण अंबरनाथच्या तुलनेत नक्षीकाम कमी दिसते. इथे कर्ण, कणी, उपान यांचे थर आहेत. कुंभ, कमल, केवल आणि पंजर दिसतात. जंघाभागावर देव-देवतांच्या आणि माणसांच्या मूर्ती दिसतात. यात नटेश्वर, भैरव, दुर्गा, महाकाली, नरसिंह, त्रिविक्रम, पार्वती यांच्या मूर्ती आहेत. या मूर्तींच्या वर छज्जा दाखवणे हे अंबरनाथला नसलेले खास बलसाणे मंदिराचे वैशिष्ट्य म्हणता येईल. त्याच्यावर कलशांची रांगही वेगळेपणा दर्शवते.

अंबरनाथच्या मंदिराच्या शिखरावर अधिक स्तर- भूमी आहेत. तसेच बारीक नक्षीकामासाठी जास्त आहे. इथे वेगळेपणा दिसतो. शिखराच्या मध्ये येणाऱ्या काही ठिकाणी नक्षीरहित प्लेन असणाऱ्या पट्ट्यामध्ये उपशिखर वाटावे अशी शिखरीका मुख्य शिखराच्या चार दिशांना दिसते. मुख्य शिखराच्याच हुबेहूब प्रतिकृती कोरून स्तर बनवले आहेत. हेदेखील वैशिष्ट्यपूर्ण आहे. शिखरीका आणि उभ्या नक्षीच्या पट्ट्यांमध्ये देवळ्या करून प्रतिमा स्थापित केल्या आहेत. शिखरीकांवर कमानी दिसतात. त्यामध्ये देवमूर्ती आहेत. अंतराळाच्या शिखरावर शुकनास असून ते गजपृष्ठाकार आहेत. तीनही गाभाऱ्यांची बाहेरून रचना सारखी दिसते.

अंबरनाथ मंदिराच्याच काळात उभारलेले हे मंदिर स्वत:चे वेगळेपण जपणारे आहे. अंबरनाथप्रमाणे इथे दोन चौकट टोकाला टोक जुळवून आखलेला प्लॅन नाही. तसेच प्रवेशद्वारही एकच आहे. मंडप आणि तीनही गाभारे चौरसच आहेत. एकूणच एका काळात, एकाच प्रांतात-महाराष्ट्रात उभारलेल्या मंदिरांमध्ये एक गाभारा आणि तीन गाभारे असे वेगळेपण दिसते. तीन किंवा एकापेक्षा जास्त गाभारे दाखवणे हे स्थापत्यदृष्ट्या नंतरच्या काळात किंवा पुढच्या विकासटप्प्यात दाखवले जाते असे आपल्याला म्हणता येणार नाही.

बलसाणे येथे असणारे दशावतार मंदिरही वैशिष्ट्यपूर्ण आहे. विष्णूच्या दहा अवतारांसाठी येथे दहा गाभारे केले आहेत. मुख मंडप आणि सभामंडपाची समान लांबी हे आणखी एक वेगळेपण. चौरस तलविन्यास- प्लॅन असणाऱ्या या मंदिरात मंडपाच्या उजव्या-डाव्या बाजूंना तीन तीन गाभारे आहेत. मुखमंडपाकडे आणि अंतराळाकडे जाण्याच्या रस्त्याला दोन्ही बाजूंना प्रत्येकी एक गाभारा केलेला आहे.

खानदेश

चाळीसगाव, जळगाव, धुळे, नाशिक, मालेगाव, नाशिक आणि परिसराला पूर्वी खानदेश म्हणत असत. धुळ्याच्या मंदिरानंतर जळगाव-चाळीसगावकडे वळूया. या भागाले सर्वात प्राचीन म्हणता येईल, असे मंदिर अंबरनाथ मंदिराला समकालीन आहे.

सिद्धेश्वर मंदिर – वाघळी

वाघळी हे जळगाव जिल्ह्यातील चाळीसगावजवळ साधारण ८-१० किमीवरचे गाव. इथे सिद्धेश्वर हे मंदिर प्राचीन मंदिर आहे. वाघळीचे मुळात शिवाचे सिद्धेश्वर मंदिर आज महानुभाव पंथाचे कृष्ण मंदिर म्हणून परिचित आहे.

महामंडलेश्वर सेऊण याचा मांडलिक गोविंद याने हे मंदिर शके ९९० म्हणजेच इ.स. १०६९ मध्ये बांधले, असा येथील शिलालेखात उल्लेख आहे. यादव राजा सेऊण याचा मौर्य मांडलिक गोविंद आणि त्याच्या पत्नीने उभारलेल्या या मंदिराची आज खूपच पडझड झाली आहे. मंडप सोडल्यास बाकीच्या भागांची कल्पना केवळ संशोधकच करू शकतील कदाचित! मंडपाच्या तीनही बाजू खुल्या आहेत. बंदिस्त भिंतींचा नसून छोट्या खांबांनी खुला वाटावा असा मंडप आहे. त्याच्या एका बाजूला मुखमंडप आणि दुसऱ्या मुखमंडपाच्या विरुद्ध बाजूला गाभारा असणार. मंडपातील खांबांवर दोन प्रकारचे शीर्ष आहेत. मधल्या चार स्तंभांच्या शीर्षावर कीचक, तर बाजूच्या खांबांवर नागशीर्ष दिसते. महाराष्ट्रात नागशीर्ष दाखवण्याची हीच सुरुवात. पुढे या प्रकारचे स्तंभ अनेक मंदिरांमध्ये दाखवले गेले. मंडपाच्या छतावर कृष्ण आणि गोपींचे अप्रतिम शिल्प आहे.

मुधईदेवी मंदिर – वाघळी

वाघळीमध्येच गावाबाहेर नदीकाठी उंच अधिष्ठानावर मुधईदेवी मंदिर आहे. पूर्वी एकापेक्षा अधिक गर्भगृहे असणारे हे मंदिर असावे. सध्या मुखमंडप, मंडप, अंतराळ, गर्भगृह असेच भाग मंदिराचे आहेत. मात्र, प्लॅन ताऱ्याच्या आकाराचा आहे. बाहेरच्या बाजूने कोणतीही नक्षी-शिल्पाकृती दिसत नाही. फक्त गाभाऱ्याच्या तीन दिशांच्या भिंतींवर देवकोष्ठांमध्ये प्रत्येकी महाकाली, गणपती आणि सूर्याची मूर्ती आहे. गाभाऱ्याच्या साध्या प्रवेशद्वारावर गणेश ललाटबिंबावर दाखवला आहे. त्याच्यावर सूर्यप्रतिमा आहे.

मंडपाचे छत चार प्रमुख स्तंभांवर तोलले आहे. या स्तंभांचा तळाकडचा भाग चौरस आहे. वरच्या बाजूला निमुळते होत जाणारे छत हत्तीच्या पाठीप्रमाणे गोलाकार

आहे; पण त्याचेच दगड रचताना असे रचले आहेत की पाच भाग खालच्या दिशेने पुढे आले आहेत. या प्रकारच्या छताला आत-बाहेर पायऱ्या असल्याप्रमाणे दिसते. फक्त वर चढत जाणारे घुमटाकार छत म्हणजे 'क्षिप्त' आणि असे काही भाग आत, काही बाहेर म्हणजे 'क्षिप्तोक्षिप्त' प्रकारचे वितान असे शिल्पशास्त्रात म्हटले आहे. इथल्या मुखमंडप आणि मंडपाचेही छत याच प्रकारचे आहे.

आतापर्यंत उल्लेखलेल्या मंदिरांमध्ये चाळीसगावजवळच्या वाघळीचे मुधईदेवी मंदिर सगळ्यात वेगळे म्हणता येईल. स्थापत्याच्या दृष्टीने ही सर्वच मंदिरे वैशिष्ट्यपूर्ण आहेत. मात्र, पूजादेवतेचा विचार केला तर मुधईदेवी मंदिर वेगळे ठरते. मंदिरावरच्या शिल्पांकनामुळे हे सूर्याचे मंदिर होते, हे सहज लक्षात येते. महाराष्ट्रात सूर्याचे एकमेव मंदिर असावे. महाराष्ट्रात सूर्यमंदिर दुर्मिळच म्हणायला हवे.

सूर्याची पूजा भरताला फार पूर्वीपासून प्रिय. वेदांमध्ये तो एक महत्त्वाचा देव आहे. त्याची प्रत्यक्ष रूपात आणि यंत्ररूपात पूजा केली जायची.सूर्याला अर्घ्य अर्पण केल्याशिवाय लोकांचा दिवस सुरू होत नसे; पण मूर्तीचा उल्लेख कोठे येत नाही. प्राचीन वाङ्मयात सूर्यमूर्तीचे उल्लेख नाहीत. सूर्याच्या मूर्ती इ.स.पूर्व २००च्या दरम्यान घडवल्या जाऊ लागल्या. इराणशी आपला सांस्कृतिक संपर्क आला तेव्हा तेदेखील सूर्यपूजक असल्याचे आपल्याला कळले. त्यांच्याकडे सूर्याच्या मूर्तीची पूजा होत असे. या मूर्तींमध्ये सूर्याच्या पायात गुडघ्यापर्यंत येणारे बूट, आखूड विजारीसारखे धोतर, मण्या-मोत्यांच्या भरगच्च माळांनी बनवलेली मेखला त्याच्या कमरेवर दाखवतात. भारतीय कलाकारांना सूर्यदेव दृश्यरूपात कसा असावा, याचे चांगले मार्गदर्शन त्यामुळे मिळाले.

कोणार्कच्या सूर्यमूर्तीप्रमाणेच उत्तर भारतात बहुतांश ठिकाणी सापडणारी सूर्यमूर्ती उंच बूट घातलेली दिसते. वास्तवात हा इराणी मूर्तीचा प्रभाव असला तरी नंतर आपण वेदांमधील कथा वापरून त्या बूटांचे समर्थन करणारी आख्यायिका बनवली. ती कथा अशी आहे की, विश्वकर्माच्या संज्ञा या मुलीचा सूर्याशी विवाह झाला; पण तिचा संसार सुखाचा होणार कसा? तिला सूर्याचे तेज सहनच होईना. आपल्या वडिलांना तिने उपाय शोधायला सांगितले. विश्वकर्म्याने सूर्याचे तेज कापायला सुरुवात केली. पायापर्यंत पोहोचतो तोवर सूर्याने सहन केले; पण वेदना त्याला आता अगदी असह्य झाल्या होत्या. त्याने विश्वकर्म्याला थांबण्याची विनंती केली. बरेचसे काम झाले असले तरी पायाचे तेजही काही कमी नव्हते. आपल्या लेकीला त्रास होऊ नये म्हणून विश्वकर्माने युक्ती केली. त्याने उंच बूट सूर्याला घालायला दिले. त्यामुळे गुडघ्यापर्यंतचे पाय झाकले गेले आणि सूर्याचे तेज कमी झाले. जावई आणि लेक सुखाने संसार करू लागले.

आता पुराणकथा, आख्यायिका आणि हिंदी चित्रपट यांना का, कसे वगैरे प्रश्न विचारायचे नसतात, हे आपल्याला चांगलेच ठाऊक आहे. त्यामुळे ही कथादेखील तेवढ्यापुरतीच ऐकायची; पण सूर्यमूर्तीचा प्रवास कसा झाला ते आपल्याला यातून कळते. बहुतांश मूर्तींची रचना एखाद्या प्रचलित कथेवर बेतलेली असते. सूर्याची मात्र इराणच्या प्रभावाने आधी मूर्ती घडवली गेली आणि नंतर कथा तयार झाली.

सूर्यासह उषा, प्रत्युषा, दण्ड, पिंगल, सारथी अरुण आणि सात घोड्यांचा रथ दाखवतात. त्याच्या हातात पूर्ण उमललेली कमळे दाखवतात. यामागे सूर्याचे तेज, प्रफुल्लता आणि मांगल्याशी असणारा संबंध अधोरेखित करण्याचा उद्देश असतो. दक्षिण भारतात मात्र सूर्याच्या पायात बूट दाखवत नाहीत. तसेच उषा-प्रत्युषाही दाखवण्याचा प्रघात नाही. बंगालमध्ये कमळावर उभा असलेला, हातात कमळ घेतलेला सूर्य लोकप्रिय होता. बंगालमध्ये रथातला सूर्य दाखवत नसत. उलट उत्तर भारत आणि महाराष्ट्रात सूर्याच्या सोबत त्याचा परिवार आणि रथ दाखवतात आणि हातात कमळे दाखवतात.

अशा या आगळ्यावेगळ्या पण आपल्या प्राचीन देवाचे मंदिर तेही बाराव्या शतकातले असल्यामुळे वाघळीचे मुधईदेवी मंदिर महत्त्वाचे आहे.

आईभवानी मंदिर - पाटणे

चाळीसगावमधील पाटणे येथील सातमाळ टेकड्यांच्या पायाशी नदीकाठी आई भवानी मंदिर आहे. हे मुळात पंचायतन आहे. इथे यादवांचा मांडलिक सोईदेव याचा शिलालेख आहे. सोईदेव हा यादवराजा सिंघणाचा समकालीन होता. या शिलालेखामध्ये सोईदेवाने राज ज्योतिषी चांगदेव हा अधिपती असलेल्या मठाला देणग्या दिल्याचे म्हटले आहे. या शिलालेखामुळे मंदिराचा काळ स्पष्ट होतो. हे पाटण्याचे पंचायतन साधारणतः इ.स. १२०९-१०च्या सुमारास उभारले गेले असावे.

गोंदेश्वर मंदिर हे पंचायतन प्रकारचे उत्कृष्ट मंदिर ठरते. पाटण्याचे हे आई भवानी मंदिरही मुळात पंचायतनच आहे. मात्र, एक मुख्य मंदिर आणि त्याच्या चार बाजूंना उपमंदिरे असा तलविन्यास इथे नाही. एकाच आयताकार मंडपात मुखमंडपाच्या विरुद्ध भितीत तीन एका रांगेतील गर्भगृहे दिसतात. त्यांना लागूनच उजव्या-डाव्या भिंतींमध्ये समोरासमोर आणखी दोन गाभारे पूर्वी होते. या गाभाऱ्यांवर वेगवेगळ्या प्रकारची शिखरे होती. डॉ. अरविंद जामखेडकर यांनी याबाबत बारकाईने अभ्यासपूर्ण निरीक्षणे नोंदवली आहेत. या एकाच मंदिरावर वेसर, फांसना आणि कर्नाटक शैलीची शिखरे असावीत असे दिसते.

पाटण्याचे आई भवानी मंदिर खूप प्रसिद्ध देवस्थान आहे. लोकप्रियतेमुळे दरवर्षी येथे मोठी यात्रा भरते. वापरत नसलेल्या मंदिरांची पडझड होते आणि सुस्वरूपता नष्ट होते. उलट वापरात असणाऱ्या मंदिरांची वेगवेगळ्या काळात विभिन्न उद्देशाने लोक दुरुस्ती, डागडुजी करतात. त्यामुळे ही मंदिरे मूळचे अभिजात कलात्मक सौंदर्य हरवून बसतात. भवानी मंदिरही याला अपवाद नाही.

चांगदेव मंदिर – एदलाबाद

याच भागात धुळे जिल्ह्यातील सिंदखेड तालुक्यातले मेथी गावातील तीन गाभाऱ्यांचे मंदिर महत्त्वाचे आहे. तसेच जळगाव जिल्ह्यातील एदलाबाद तालुक्यातील चांगदेव मंदिरही उल्लेखनीय आहे. ही दोन्ही मंदिरे इ.स.च्या तेराव्या शतकात बांधलेली आहेत. तसेच चांगदेव मंदिर हे मुळात अतिशय मोठे, भव्य होते. गाभारा १६ फूट लांब १२ फूट रुंद तर मंडप ४३ फूट चौरस आहे. सध्या उभे मंदिर ९७ फूट उंच आहे. इतके भव्य मंदिर महाराष्ट्रात सध्या तरी दुसरे नाही. चांगदेव मंदिराच्या मंडपात एकूण सोळा खांब आहेत. त्यांची रचनाही कल्पकतेने केली आहे. बाहेरच्या बाजूने भिंतीवर कृष्ण आणि गोपींचे शिल्प आहे. तसेच विष्णूच्या अवतार मूर्ती आहेत. तसेच गरूडमूर्ती मंदिरात ठेवलेली आहे. पूर्वी ती कदाचित मंदिरासमोर स्तंभावर असावी. एकूणच चांगदेव मंदिर मुळात वैष्णव मंदिर होते.

खानदेशाचा सख्खा शेजारी म्हणजे अहमदनगर जिल्हा. बारा तालुक्यांचा हा जिल्हा पूर्वी दण्डकारण्य म्हणून ओळखला जाई. अनेक प्राचीन घटनांचा, व्यक्तींचा अहमदनगर परिसराशी संबंध जोडला जातो. शिवाय शेजारीच सातवाहनांची राजधानी पैठण म्हणजे प्राचीन प्रतिष्ठान असल्याने व्यापारी उलाढालीही येथे चालतच असत. सातवाहनांच्याच काळापासून प्रसिद्ध असणारे पुणतांबे, नेवासे हे ज्ञानेश्वर माऊलींनी 'ज्ञानेश्वरी' सांगण्यासाठी निवडलेले ठिकाण, नेवासे येथेच आढळलेले विस्तृत प्रमाणातले ताम्रपाषाणयुगीन अवशेष, मोहिनीराज मंदिर अशा मराठी लोकांना अभिमानास्पद स्थानांनी समृद्ध अहमदनगर परिसरात मंदिर स्थापत्यही बहरले नसते, तरच नवल! तरीही त्यातली मोजकी काही मंदिरे आपण समजून घेणार आहोत.

लक्ष्मीनारायण मंदिर – पेडगाव

अहमदनगर परिसरातले उल्लेखनीय मंदिर म्हणून अग्रक्रमाने विचार करण्यासारखे पेडगावचे लक्ष्मीनारायण मंदिर आहे. श्रीगोंदा तालुक्यापासून साधारणत: १५ कि.मी. अंतरावर पेडगाव अहे. इथे सरस्वती आणि भीमा नदीच्या संगमावर पाच मंदिरांचे संकुल आहे. त्यापैकी लक्ष्मीनारायण मंदिर हे एक. दोन अर्धमंडप आणि एक मुखमंडप

वैशिष्ट्यपूर्ण खांबाचा सभामंडप, अंतराळ आणि गर्भगृह असा मंदिराचा एकूण पसारा आहे. महाराष्ट्रात सहसा न दिसणारा भाग म्हणजे जाळीच्या भिंती या मंदिरात दिसतात. मंडपाच्या भिंतीतील काही भाग जाळीसारखा आरपार कोरला आहे.

मंदिराच्या आतल्या भागात रंगशीलेवर चार स्तंभ आहेत. या स्तंभांवर असणारे पूर्ण घट हे समृद्धीचे प्रतीक आहेत. खांबाचा काही भाग चौरस, तर काही भाग अष्टकोनी आहे. वरच्या भागात आमलक आणि कीचक दाखवले आहेत. गाभाऱ्याचे प्रवेशद्वार पंचशाख आहे. या पाच शाखांमध्ये लता, गंधर्व, स्तंभ, पद्मलता आणि व्याल या शाखा आहेत. द्वारशाखांवर खालच्या भागात गंगा–यमुना, चवरी धारक, वैष्णव द्वारपाल यांच्या मूर्ती दिसतात. द्वारशाखेच्या वर उत्तरांगावर रचिका दाखवल्या आहेत; पण त्यात देवतांच्या मूर्तीऐवजी चौकट म्हणजे रत्नाचे आकार कोरले आहेत.

गाभाऱ्याच्या भिंतीवर बाहेरून विष्णूचेचोवीस प्रकार, दशावतार, वराह अवतारआणि त्याचा परिवार दाखवला आहे. विष्णूच्या परिवार देवतांमध्ये हनुमानही दाखवला आहे. या मंदिराचे सुबक सुंदर कोरीवकाम अप्रतिम आहे. गजथर आणि अश्वथर हे अधिष्ठानाचे वेगळेपण आहे. बरेचसे भग्नावस्थेत असले तरी अप्रतिम मंदिरांपैकी हे एक होते, यात शंका नाही. साधारणत: इ.स. १२व्या शतकात या मंदिराचे बांधकाम झाले असावे.

माधवेश्वर मंदिर – गंजीभोरे

एक आणि तीन गाभारे असलेली म्हणजेच त्रिदल मंदिरे आपण पाहिली; पण शिव आणि विष्णू यांची एकत्रित पूजा करण्यासाठी या दोन्ही देवांचे अभिन्नत्व भक्तांच्या मनात ठसवण्यासाठी दोन गाभारे असलेली काही मंदिरे बांधल्याचे दिसते. त्यापैकी अहमदनगरच्या पारनेर तालुक्यातील गंजीभोरे गावातील द्विदल मंदिर हे एक उत्तम उदाहरण. या मंदिराचा लांबुळका–आयताकृती सभामंडप आणि त्याच्या अरुंद बाजूंना अंतराळ आणि गाभारा आहे. गाभाऱ्यांमध्ये लक्ष्मी–नारायण मूर्ती आणि शिवलिंग आहे. मंडपात चार स्तंभ आहेत. त्यांच्यावर फार वेगळे, उल्लेखनीय घटक दिसत नाहीत. मंदिराच्या प्रवेशद्वारावर मुखमंडप असून त्यात कक्षासनेही आहेत. अर्धमंडपापासून काही अंतरावर नदीमंडपही दिसतो. मंदिरावर बाहेरच्या बाजूने फुले, कीर्तिमुखे यांची नक्षी आहे.

देवस्थाने आणि जलाशय

एक वेगळी गोष्ट इथे बघण्यासारखी आहे ती म्हणजे बारव! मंदिरातूनच उतरता येईल अशी बारव प्राकारातच आहे. देवस्थानाच्या परिसरात चालणाऱ्या विविध

प्रकारच्या कामांसाठी पाण्याची आवश्यकता जाणून प्रत्येक देवस्थानात तशी सोय केलेली दिसतेच. त्यासाठी कुण्ड, बारव, आड, कल्लोळ, विहीर, तडाग, पोखरणी याची योजना केलेली दिसते.

तडाग म्हणजे तलाव. निसर्गतः उपलब्ध पाणलोटक्षेत्र - विशेषतः नदीचा परिसर बघून त्यावर बांध घालून पाणी वळवून तयार केलेले तडाग मंदिरांच्या सान्निध्यात दिसतात. यादवांच्या काळात पुष्करणीला पोखरणी असे नाव होते. त्या काळात निर्माण झालेल्या साहित्यातही हाच शब्द वापरल्याचे दिसते. कमी खोल, सपाट तळ, रुंद आणि पसरट बांधकाम आणि पायऱ्या किंवा टप्पे नसलेले उथळ बांधकाम हे पुष्करणीचे वैशिष्ट्य. उथळ पाणी असल्याने यात स्नान वगैरे शक्य होत नसावे. मात्र, कमळांची बेटे, छोटी कारंजी, कोरीव शिल्पे मधे मधे उभारून सौंदर्य वाढवण्याची पद्धत होती. बऱ्याच ठिकाणी अशा पुष्करणींमध्ये चालत जाण्यासाठी रस्ता करून मधोमध मंडप उभारल्याचे दिसते. पाणी उपसण्यासाठी बगाड वापरून पुष्करणी स्वच्छ ठेवत असत. औंढा नागनाथ (परभणी), अंबड (जालना), होट्टल (नांदेड), बीडचे कंकालेश्वर अशी काही मंदिरे उत्कृष्ट पुष्करणीच्या सान्निध्यात आहेत. कंकालेश्वर मंदिर तर पुष्करणीच्या मधोमध उभारलेले आहे.

आड शक्यतो चौरस किंवा अष्टकोनी असतात. याला कट्टा, कठडा, पायऱ्या वगैरे नसतात. माहूर शक्तिपीठ, नांदेडमधील मुखेडचे दाशरथेश्वर मंदिर, कंधार अशा अनेक ठिकाणी आड दिसतात. आडांवर काही ठिकाणी लाकडी फळ्यांचे झाकण घातलेले असते. कल्लोळ हा कुण्डाचाच एक प्रकार. याला टप्पे, पाण्यात शिरण्यासाठी प्रवेशमार्गही असतात. कुण्ड म्हणजे उथळ हौद असे म्हणता येईल. होट्टल, मुखेड, माहूर ही नांदेड जिल्ह्यातील, तर बीडमधील पाली या ठिकाणी प्राचीन कुण्डे आहेत. त्र्यंबकेश्वर ह्या नाशिक जिल्ह्यातील ज्योतिर्लिंगाजवळ कुशावर्त नामक सुंदर कुण्ड आहे. विहीर हादेखील महत्त्वचा जलस्रोत. यात एक प्रवेशमार्ग असलेली म्हणजेच पायविहिरही काही ठिकाणी दिसते. गोल, चौकोनी, अष्टकोनी विहिरी अनेक ठिकाणी आहेत. नांदेडमधील हदगाव तालुक्यात तळणी गावात अशी पायविहीर असून पायऱ्यांच्या मार्गावर दोन देवळ्याही तयार केलेल्या दिसतात.

कुण्डाची संकल्पना विकसित करून बारव तयार केली गेली. पाण्यापर्यंत जाण्याच्या पायऱ्यांवर ठराविक अंतरावर मोकळी जागा सोडून पुन्हा पुढच्या पायऱ्या केलेल्या दिसतात. बारवेतच देवकोष्ठ करून विविध देवमूर्तींची स्थापना केल्याचे दिसते. चौकोनी, आयताकार किंवा अष्टकोनी प्लॅन, तसेच एक ते चार प्रवेशमार्ग असणाऱ्या बारवा दिसतात.

महाराष्ट्रातले सर्वात प्राचीन कुण्ड तेरला आढळले आहे. हे विटांनी बांधलेले असून इ.स.च्या पहिल्या शतकातील सातवाहन काळातले आहे. यानंतरचे कुण्ड विदर्भात नागपूर जिल्ह्यात मांढळला आढळले आहे. विटांनी बांधलेल्या या कुण्डात दुसरा प्रवरसेन आणि दुसरा पृथ्वीसेन या वाकाटक राजांचे ताम्रपट आढळून आले. त्यावरून या कुण्डाचा काळ इ.स.चे चौथे शतक असावा असे दिसते. या कुण्डानंतरच्या काळात आढळणाऱ्या बारवा या मुख्यत: इ.स च्या आठव्या-नवव्या शतकातल्या आणि नंतरच्या काळातल्या आहेत. त्यातही इ.सनाच्या अकराव्या शतकापासून बारवांची निर्मिती अधिक प्रमाणात झाल्याचे दिसते. त्यातल्या अनेक बारवा आजही वापरात आहेत. त्यांच्या निर्मितीसाठी केवळ राजे-राजघराणीच नव्हेत, तर मंत्री, सेनानी, व्यापारी अगदी गणिकांनीदेखील निधी दान केल्याचे शिलालेख ताम्रपटावरून समजते.

त्रिदल मंदिर – तहकारी

बारवयुक्त माधवेश्वर मंदिर हे गंजीभोरे येथील महत्त्वाचे मंदिर पाहिल्यानंतर तहकारी या बाराव्या शतकातील त्रिदल मंदिराचा परिचय करून घेऊया. आतापर्यंत वर्णन केलेल्या त्रिदल मंदिरांप्रमाणेच असले तरी या मंदिराचे अलंकरण वेगळे आहे. मधला गाभारा महत्त्वाचा मानून त्याचे प्रवेशद्वार नक्षीकामाने सुशोभित केले आहे. ललाटबिंबावर देवीची प्रतिमा कोरली आहे. अंतराळावर घुमटाकार शिखर आहे. शेजारचे दोन्ही गाभारे तुलनेने साधे आहेत.

इथे मंडपाचे छत करोटक प्रकारचे आहे. करोटक म्हणजे करवंटी. नारळाची करवंटी पालथी घातली तर आतून जशी गोलाकार दिसेल तसेच इथे आतून गोलाकार छत बनवले आहे. असेच करोटक वितान अन्वा येथील मंदिरात दिसते. मुखमंडपाला अर्धस्तंभ आणि वामन-बुटकी भिंत शिवाय पुढे व मागे दोन असे एकूण चार मुख्य पूर्ण स्तंभ आहेत. या स्तंभांवर मंडपाचे घुमटाकार छत पेलले आहे. मुख्य मंडपात बारा स्तंभांनी गोलाकार छत पेलले आहे. छतावर कमानींची कलाकुसर आहे. छताच्या लहान होणाऱ्या वर्तुळांवर ठराविक अंतरावर सपाट फलक करून वादक, नर्तकांच्या मूर्ती बसवल्या आहेत. घुमटाकार छताच्या मधोमध खाली आलेले कमळ कोरले आहे. कोरीवकाम आणि स्थापत्यदृष्ट्या अत्यंत सुरेख समन्वय इथे साधला आहे.

आतून नक्षीकामाने सजलेले हे मंदिर बाहेरून मात्र अगदी साधे आहेत. त्यातही मुख्य गाभाऱ्याच्या बाह्य भिंतीवर देवकोष्ठ आहेत. मुळात हे देवीचे मंदिर असल्याने या देवकोष्ठांमध्ये देवीच्याच मूर्ती असाव्यात. आजही परिसरात हे भवानी मंदिर म्हणून परिचित आहे. मात्र, मुख्य गाभाऱ्याप्रमाणे उपगर्भगृहांवर बाहेरून कोणतेही अलंकरण

किंवा मूर्ती वगैरे नाहीत. उपदेवतांना असं कमी महत्त्व देण्याचा प्रयोग इतरत्र महाराष्ट्रात तरी दिसत नाही.

सध्या पूर्णत: भग्नावस्थेत असणाऱ्या शिखराच्या कामासाठी विटांचा वापर केल्याचे दिसते. तेर नंतर साधारण सहाशे वर्षांनी पुन्हा विटांचा वापर मंदिर स्थापत्यात केल्याचे इथे दिसते. शिल्पकला आणि विटांचा वापर या दोन घटकांच्या आधारे तहकारी या अहमदनगर जिल्ह्यातल्या भवानी मंदिराचा काळ इ.सनाचे बारावे शतक असावा, असे म्हणता येते.

अशीच बाराव्या शतकानंतरची अहमदनगर जिल्ह्यातील घोटण, रतनवाडीचे अमृतेश्वर, लिंपणगाव, सिद्धेश्वर, कोकमठाण इत्यादी उल्लेखनीय मंदिरे आहेत. यातील घोटणच्या मंदिराचा पेशव्यांच्या काळात जीर्णोद्धार केला गेला. हरपार्वतीची मूर्ती आणि पायऱ्या उतरून खोल भागात गाभारे बनविण्याची इतरत्र कोठेही न दिसणारी पद्धत इथे वापरली आहे.

मराठवाडा

शेजारच्याच मराठवाडा भागही राजकीय, सामाजिक आणि सांस्कृतिक दृष्ट्या अत्यंत महत्त्वाचा होता. प्राचीन काळी आजचे मराठवाडा हे नामाभिधान अस्तित्वात नसले तरी औरंगाबाद, बीड, परभणी, नांदेड, उस्मानाबाद, जालना आणि इतर लातूर या भूप्रदेशात अश्मयुगापासून सलग जीवनप्रवाह असल्याचे दिसते. गोदावरी, पूर्णा आणि मांजरा या मुख्य नद्या आणि त्यांच्या उपनद्यांच्या सुपीक जमिनीमुळे पूर्वीपासून उत्तम शेती या भागात चालते. सुखी, समृद्ध जीवनाची गुरुकिल्लीच हाती असल्यामुळे विविध क्षेत्रांत मराठवाड्याने प्रगती केली नसती तरच नवल! पूर्वी प्रतिष्ठान-पैठण, देवगिरी-दौलताबाद, तेर, भोगवर्धन, भोकरदान अशी अनेक नामांकित व्यापारी नगरे या भागात होती.

महाराष्ट्रातील आद्य मंदिरांची माहिती घेताना आपण पाहिले की, मुखेड, होट्टल या ठिकाणी महत्त्वाची मंदिरे आहेत. स्थापत्यदृष्ट्या महत्त्वाच्या, वैशिष्ट्यपूर्ण मंदिरांचा समावेश नांदेडमध्ये होतो. नांदेड हे पूर्वी नंदतर किंवा नंदीग्राम म्हणून ओळखले जात असेत. मगधचे सम्राट नंद घराण्याची दक्षिण प्रांतातली ही राजधानी! सातवाहन, चालुक्य, राष्ट्रकूट, काकतीय आणि यादव घराण्याची सत्ता नांदेड परिसराने अनुभवली आहे. बहमनी सत्तेच्या काळात तेलंगणात नांदेडचा समावेश झाला. पुढे राजधानीचे शहरही बनले. सांस्कृतिकदृष्ट्या प्रसिद्ध नांदेड हे पूर्वी संस्कृत विद्येचे केंद्र होते.

शिवमंदिर – मुखेड

नांदेड शहरात गोदावरीच्या काठी अनेक मंदिरे आहेत; परंतु मुखेड तालुक्यातील शिवमंदिर अकराव्या शतकात बांधलेले आहे. एक मुखमंडप, दोन अर्धमंडप, सभामंडप, अंतराळ आणि गर्भगृह असे मंदिराचे भाग असून उंच अधिष्ठावर मंदिर उभे आहे. आजच्या काळात दुरुस्ती करताना मंडपाच्या उजव्या-डाव्या बाजूचे अर्धमंडप नाहीसे झाले आहेत. उत्तराभिमुख मंदिरातील गाभाऱ्यात उंच चौथऱ्यावर शिवलिंग ठेवलेले दिसते. या चौथऱ्याला भद्रपीठ असे म्हणतात. पूर्वी कदाचित हे विष्णू मंदिर असावे. कारण अशा उंच चौरस पीठावर शिवलिंग स्थापण्याची प्रथा नव्हती. अप्रतिम बारीक कोरीवकाम आणि मूर्ती शिल्पांनी सजलेल्या या मंदिराचा काळ इ.स. ११वे शतक असावा.

सिद्धेश्वर मंदिर – होट्टल

नांदेड जिल्ह्यातील देगलूरच्या पश्चिमेला साधारण ८-१० कि.मी. अंतरावरील होट्टल गावात तीन मंदिरे आहेत. सोमेश्वर, सिद्धेश्वर आणि महादेव या तीन महत्त्वाच्या मंदिरांपैकी सोमेश्वर आणि सिद्धेश्वर मंदिरांसाठी विक्रमादित्य सहावा चालुक्य राजाने दान दिले होते. त्याच्या काळातील शिलालेख येथेच मिळाले आहेत.

सिद्धेश्वर मंदिरांसाठी विक्रमादित्य सहावा, चालुक्य याचा मांडलिक सिद्धगी याने दान दिले. त्याचाच शिलालेख सिद्धेश्वर मंदिरात आहे. सिद्धगी याच्या नावावरूनच सिद्धेश्वर हे नाव पडले असावे. येथेदेखील समोर मुखमंडप, दोन्ही हातांना अर्धमंडप असणारा सभामंडप, अंतराळ आणि गाभारा हे मंदिराचे प्रमुख भाग आहेत. मुखेडच्या शिवमंदिराचाही असाच तलविन्यास आहे. विशेष म्हणजे सिद्धेश्वर मंदिराच्या बाह्य भिंतीवर शिवाच्या उग्र रूपातील मूर्ती आणि कालिमाता दाखवली आहे. गणेश आणि सूरसुंदरींच्या प्रतिमाही लक्षणीय आहेत. प्रत्यक्ष शिलालेखानेच मंदिराचा काळ दर्शवल्यामुळे संशोधकांचे काम सोपे झाले आहे. साधारणत: इ.स. ११२०च्या दरम्यान हे मंदिर पूर्ण झाले असावे.

नरसिंह मंदिर – बिलोली

नांदेड जिल्ह्यातील बिलोली तालुक्यात राहेर गोदावरीच्या तीरावर नरसिंह मंदिर आहे. सुमारे १३व्या शतकाअखेर बांधल्या गेलेल्या या मंदिराला दगडी भिंतीचे संरक्षण दिलेले होते. नदीलगतचा भाग भग्नावस्थेत असला तरी तटबंदीला प्रवेशद्वारे होती असे दिसते. मुखमंडप, मंडप, अंतराळ आणि गाभारा अशी रचना आहे. मंदिर पूर्वाभिमुख असून सप्तरथ, सप्तभूम प्रासाद आहे. अंतराळ आणि गाभारा यांची रुंदी एकसमानच

आहे. चौकटची आणि फुलांची नक्षी मोठ्या प्रमाणात कोरली आहे. त्यामानाने मूर्तींचा वापर कमीच आहे. मंदिराच्या बाहेरच्या भिंती सपाट आणि अगदी माफक अलंकरणाने सजवल्या आहेत.

लक्ष्मी मंदिर – जागजी

महाराष्ट्रातल्या आद्य मंदिरांचा मान मिळवणाऱ्या तेरपासून साधारण १२ कि.मी.वर जागजी गावात लक्ष्मी मंदिर आहे. उस्मानाबाद जिल्ह्यातील हे उल्लेखनीय मंदिर भूमीज प्रकाराचे उत्तम उदाहरणे आहे. या पश्चिमाभिमुख मंदिराचे शिखर आज भग्नावस्थेत असले तरी विटांनी बांधल्याचे चार बाजूंनी प्रवेश मार्ग असणारी मंदिरासमोरची पुष्करणी हे इथले आणखी एक वैशिष्ट्य. इथेही मुखमंडप, दोन अर्धमंडप, मंडप, अंतराळ आणि गाभारा अशा तळविन्यासाचेच मंदिर आहे. त्यात अजून वेगळेपणा साधला आहे. प्रदक्षिणापथाने गाभाऱ्यात देवीची स्थापना एका चतुष्कीवर केली आहे. त्यामुळे तिच्याभोवती गाभाऱ्यातच प्रदक्षिणा घालता येते.

शिखर आतून पोकळ आहे. अंतराळाचे शिखर-शुकनासाच्या जागी वरचा मजलाही केला आहे. या वरच्या मजल्यावर आजही जाता येते. तेरच्या उत्तरेश्वर कालेश्वर आणि त्रिविक्रम मंदिरांच्या उभारणीसाठी वापरलेले तंत्रच इथेही वापरले आहे. या मंदिराचे शिखर, मंडप आणि अर्धमंडप विटांनी बांधले आहेत. शिखरावर चुन्याचा गिलावा केला होता. शिखरावरची फुलांची नक्षी अजूनही टिकून आहे. या मंदिरासमोरची पुष्करणी, त्यात उतरण्यासाठी केलेल्या मार्गावर २४ देवळ्यामंध्ये विष्णूची २४ रूपे दाखवणाऱ्या मूर्ती आहेत. या देवळ्यांवरची शिखरे भूमीज प्रकारची आहेत. मुख्य मंदिराचा बाह्यभाग मात्र पूर्णत: साधा आहे. तरीही पुष्करणीतील मूर्ती, मंदिर-उभारणीसाठी दगड आणि विटा यांचा एकत्रित वापर बघून हे इ.स.च्या बाराव्या शतकात उभारलेले मंदिर असावे, असे म्हणता येते. धारासूर या गंगाखेड तालुक्यात, परभणी जिल्ह्यात असलेले विष्णू मंदिरदेखील जागजीच्या लक्ष्मी मंदिरासारखेच आहे. मात्र, ते थोडे नंतरच्या काळात उभारले असावे.

मराठवाड्यातला महत्त्वाचा जिल्हा बीड. सहावा विक्रमादित्य चालुक्य याच्या बहिणीने-चंपावतीने या भागात काही नागरी सुविधांचे काम केले आणि या भागाला चंपावतीनगर असे नाव दिले. इ.स. चौथ्या शतकापासून राजकीय, ऐतिहासिक, सांस्कृतिक घडामोडींचा साक्षीदार असलेला बीडचा प्रदेश सातवाहन, कलचुरी, वाकाटक, कदंब अशा वेगवेगळ्या राजघराण्यांच्या अधिपत्याखाली होता. पर्जन्यमान अगदी कमी आणि छोट्या नद्यांमुळे पूर्वीपासूनच हा प्रदेश कोरडा, कमी वनराईचा आहे.

कंकालेश्वर मंदिर – बीड

औरंगाबादच्या दक्षिणेला सुमारे ८० मैलांवर असणाऱ्या बीड शहरातच असलेले कंकालेश्वर मंदिर हे अप्रतिम कोरीवकामाने नटलेले आगळेवेगळे मंदिर आहे. चौरसाकार तलावाच्या मध्यभागी साधारण पाच फूट उंच अधिष्ठानावर तारकाकृती प्लॅनचे हे मंदिर आहे. असे महाराष्ट्रात क्वचितच दुसरे सापडेल!

मंदिर पश्चिमाभिमुख आहे. मुखमंडप, खुला सभामंडप, तीन बाजूंना अंतराळसह गाभारे अशी रचना आहे. मंडपाला अर्धी भिंत, अर्धे स्तंभ अशी रचना असून मंडपाचा आकार अष्टकोनी आहे. मंडपाच्या चार दिशांच्या तसेच चार कोपऱ्यांमध्ये दोन स्तंभांच्या जोड्या आहेत. हे एकूण सोळा स्तंभ छत तोलून धरतात. छत अर्धवर्तुळाकार आहेत. एकापेक्षा एक लहान होत जाणारी वर्तुळे हे छताचे बांधकामतंत्र असले तरी प्रत्येक कडीवर पद्मलता, फुले आणि मण्यांची नक्षी कोरली आहे. छताच्या मधोमध येणारी सर्वत वरची कडी ताऱ्याच्या आकाराची असून खाली आलेले क्षिप्त-कमळ त्यावर कोरलेले आहे. मंडपाच्या स्तंभांचे चौरस, अष्टकोनी व वर्तुळ अशा विविध आकारांत भाग करून सौंदर्य वाढवले आहे. स्तंभशीर्षावर कीचक हस्त आहेत.

गर्भगृहाच्या दारांना पाच शाखांची सजावट आहे. पाच शाखांच्या प्रवेशद्वाराला नंदिनीप्रकारचे ज्येष्ठ द्वार म्हणतात. याच पाच शाखांमध्ये अनुक्रमे पत्र, पुष्प, स्तंभ, व्याल आणि पुन्हा पुष्प अशा शाखा आहेत. द्वारशाखांच्या खालच्या भागात कुंभ, चवरीधारी दासी आणि निधी दाखवले आहेत. मुख्य गाभाऱ्याच्या ललाटबिंबावर गणेश-प्रतिमा आहे; पण बाजूच्या दोन्ही गाभाऱ्यांवरची ललाटबिंबे ओळखण्यापलीकडे भग्न आहेत. साधारण बाराव्या शतकाआधीच्या मंदिरांच्या उत्तरांगांवर काही ना काही शिल्पांकन दिसते. मंदिरातील प्रमुख देवतेच्या संबंधित महत्त्वाचे प्रसंग दर्शवणारे शिल्प किंवा देवळ्यांमध्ये प्रमुख देवतेच्या परिवारातील देव-देवतांच्या मूर्ती असत; परंतु इथे उत्तरांगावर देवकोष्ठात केवळ रत्न दाखवले आहेत. त्यामुळे हे कोणत्या देवाचे मंदिर होते हे ओळखणे जरा कठीण जाते. मात्र, इथे असणाऱ्या बहुसंख्य द्वारपाल, प्रतिहारांच्या हाती शैव आयुधे आहेत. त्यावरून हे शिव मंदिर असावे असे अनुमान काढता येते.

बीडमध्ये, तळ्यातल्या या कंकालेश्वर मंदिरावर बाहेरूनही सुंदर कोरीव काम केलेले दिसते. मण्डोवराच्या जंघाभागावर विष्णूचे दशावतार कोरलेले आहेत. तसेच अष्टदिक्‌पालांच्याही सुरेख प्रतिमा आहेत. तसेच भद्र भागावर काही शैव मूर्ती आहेत. यात पार्वतीची पंचाग्निसाधना, नटेश्वरशिव, अंधकवधमूर्ती आणि भैरवरूपातला शिव अशा मूर्ती आहेत.

शिवाशी विवाह करण्याची पार्वतीची तीव्र इच्छा होती. त्यासाठी तिने कठीण तपश्चर्येला प्रारंभ केला. ही होती पंचाग्निसाधना. आसनाच्या चार कोपऱ्यात अग्नी

प्रज्वलित करून ती मधोमध बसली. डोक्यावर तळपता सूर्य म्हणजे पाचवा अग्नी होता! नृत्य करणारा शिव हा पहिलाच देव आहे, असे म्हटल्यास अतिशयोक्ती होणार नाही. संगीत, नृत्य, गायन, वादन, अभिनय आणि इतरही कलांचा अधिष्ठाता म्हणून शिवाला सर्वसमान्यता लाभली आहे. याचे प्रतीक म्हणून नटेशपूजन करण्याची प्रथा आहे. वास्तविक, सृष्टीमध्ये उत्पत्ती, स्थिती आणि लय म्हणजे विनाश यांचा तोल सांभाळण्याचे काम शिव लीलया करतो, असे दर्शविणारी ही नटराज मूर्ती आहे. सृष्टीचे लय-ताल-सूर सांभाळण्याचे कार्य तो करतो, असे यातून सूचित केले जाते.

स्थापत्यशैली आणि शिल्पशैलीवरून या मंदिराचा काळ ठरवता येतो. इ.स. १२ व्या शतकात हे मंदिर उभारले गेले असावे, असे म्हणता येते.

केदारेश्वर मंदिर – धर्मापुरी

बीड जिल्ह्यातील अंबेजोगाई हे देवीमाहात्म्याने पावन असलेले प्रसिद्ध तीर्थक्षेत्र. देवीभक्तांचे आदरणीय शक्तिपीठ. संतांची भूमी. पूर्वीपासूनच या गावाला, परिसराला सांस्कृतिक, राजकीय पटावर महत्त्वाचे स्थान आहे. अंबेजोगाईच्या परिसरातील मंदिरांवरून याची साक्ष पटते. अमलेश्वर, सकलेश्वर, खोलेश्वर, काशी विश्वनाथ, चौबारी गणेश मंदिर आणि जोगाईदेवी-योगेश्वरी देवी ही प्रमुख आणि उल्लेखनीय मंदिरे म्हणता येतील. वास्तविक, हे फार पूर्वीपूसन महत्त्वाचे नगर होते. परिसरात असलेली अनेक मंदिरे याची साक्ष देतात. यापैकी नांदेड-पुणे मार्गावरचे अंबेजोगाईच्या दक्षिणेला असणारे धर्मापुरी गावातील केदारेश्वर मंदिर स्थापत्यदृष्ट्या महत्त्वाचे आहे. बहुतांशी पुनर्बांधणी झालेले हे मंदिर होट्टलच्या सिद्धेश्वर मंदिराशी साम्य दाखवते. गाभारा, चौरसाकार सभामंडप असलेल्या केदारेश्वर मंदिराला मुळात तीन मुखमंडप होते, जे सध्या नामशेष आहेत.

धर्मापुरी गावात अनेक ठिकाणी जुन्या मूर्ती विखुरलेल्या दिसतात. शिवाय केदारेश्वर मंदिराच्या बाह्य भिंतीवरही अप्रतिम मूर्ती कोरल्या आहेत. या पश्चिमाभिमुख मंदिराच्या अंतराळ आणि गाभाऱ्याची रुंदी समानच आहे. गाभाऱ्यात शिवलिंग आहे; पण मंदिराच्या बाह्यभिंतींवर बऱ्याच वैष्णव मूर्ती दाखवल्या आहेत. यात केशव, नरसिंह, वासुदेव, नारायण, गोविंद, त्रिविक्रम, जनार्दन अशी विष्णूची विविध रूपे आहेत. शिव, भैरव, पार्वती, काली अशा शैव देवतांच्या मूर्तीही असल्या तरी वैष्णवमूर्तींचे प्रमाण अधिक आहे. प्रतिहारींच्या स्वरूपावरून तेही वैष्णव असल्याचे दिसते.

केदारेश्वर मंदिराचा मंडप चौरसाकार असून याला तीन प्रवेशद्वारे आहेत. उत्तर, दक्षिण आणि पूर्वेला असणाऱ्या प्रवेशद्वारांद्वार मुखमंडप आहेत. मात्र, सध्या भग्नावस्थेत

आहेत. मंडपाच्या पश्चिम भिंतीत अंतराळ व पुढे गर्भगृह आहे. अंतराळाच्या उजव्या-डाव्या बाजूंना भिंतीत एकेक देवकोष्ठ आहे. अंतराळ आणि गाभारा यांचा आकार सारखाच आहे. गाभाऱ्याचे पंचशाख प्रवेशद्वार पुष्प, दम्पति, स्तंभ, व्याल आणि वर्तुळ अशा शाखांनी सजले आहे. तळाशी गंगा, यमुना, चामरधारीणी आणि वैष्णव द्वारपाल दिसतात. हातात चक्र, गदा, शंख धरलेले असल्याने हे द्वारपाल वैष्णव असल्याचे स्पष्ट होते. त्यांचा चौथा हात वरदमुद्रेत आहे. शेवटच्या शाखेच्या तळाशी निधी दाखवले आहेत कीर्तिमुख असलेला मण्डारक पार करून आपण गाभाऱ्यात जातो. द्वारशाखेवर ललाटबिंबाच्या जागी गणेश प्रतिमा आहे. उत्तरांगावर देवळ्यांमध्ये पाच प्रतिमा दाखवल्या आहेत. स्थापत्याची समकालीन वैशिष्ट्ये आणि शिल्पशैली यांवरून हे मंदिर इ.स. १२व्या शतकात आरंभीच्या काळातच उभारले गेले असावे, असे म्हणता येते.

अमलेश्वर – अंबेजोगाई

अमलेश्वर हे पूर्वाभिमुख मंदिर गावाच्या उत्तरेला ३-४ कि.मी. अंतरावर आहे. गाभाऱ्यात शिवलिंग असले तरी ललाटबिंबावर कोणतीही प्रतिमा नाही, हे जरा वेगळे वाटते. सपाट छताचे आणि सपाट भिंती असलेला अंतराळ साधासाच आहे. मात्र, छताच्या कोपऱ्यावर शिवाच्या विविध प्रकारच्या मूर्तींचे पट्ट बसवलेले आहेत. गूढ मंडपाचे स्वरूप आधुनिक काळातील दुरुस्ती, डागडुजी दरम्यान बरेचसे बदलले आहे, तरी स्तंभ मात्र आपले जुने खरे सौंदर्य टिकवून आहेत. या स्तंभाच्या वरच्या भागातील चौरसांवर सरस्वती, नटेश्वर, राम, लक्ष्मण, सीता वगैरे देवप्रतिमा दिसतात. पूर्व आणि उत्तरेच्या तुळयांवर लढवय्या सैनिकांच्या प्रतिमा कोरल्या आहेत. मंडपाचे छतदेखील सपाट आहे. या प्रकारच्या छताला 'समतल वितान' म्हणतात.

मंदिराच्या बाह्यभागाचीही बरीच दुरुस्ती आधुनिक पद्धतीने केल्याचे दिसते. मंदिराचे पीठ जमिनीखाली गाडले गेले असावे, असे दिसते. मंदिराचा आरंभ इथे गुजरातपासून झाल्याचे दिसते. त्यावरून हेच स्पष्ट होते. गुजरातच्या वर नर थर येतो. मात्र, यात नृत्य करणारे पुरुष आणि सैनिकांच्या प्रतिमा आहेत. सिंहांशी लढणारे हत्ती, घोड्यावर हल्ला करणारे हत्ती, व्याल, कीर्तिमुख यांच्याही प्रतिमांचा इथे समावेश केल्याचे दिसते. विशेष म्हणजे पिल्लाला जन्म देणारी हत्तीण एका ठिकाणी दाखवली आहे. जागेअभावी आणि कमी पैशामध्ये सर्व प्रतीके बसवण्याच्या अट्टाहासापायी एकाच पट्ट्यावर गजथर, नरथर, कीर्तिमुख थर, व्यालथर एकत्रित दाखवण्याचा प्रयत्न केला असावा, असा अंदाज डॉ. देगलूरकरांनी केला आहे. या स्तरांच्या वर शिखर-पंजर,

भौमितिक आकार यांचे स्तर येतात. वर सुरू होते मण्डोवर अर्थात भिंत. यावर विविध प्रकारचे कोरीव काम आणि देवकोष्ठ आहेत.

सर्व मिळून २२ मुख्य प्रतिमा आहेत. त्यातल्या बहुतांश या सूरसुंदरींच्या प्रतिमा आहेत. मात्र, भग्नावस्थेत आहेत. देवमूर्तींमध्ये शिव, महिषासूरमर्दिनी, नृत्यगणेश आणि वामन हा विष्णूचा अवतार हे प्रकार समाविष्ट आहेत. शिखर अस्तित्वात नसले तरी मूर्तींच्या शिल्पकलेच्या आधारे या मंदिराचा काळ इ.स.चे बारावे शतक असावे, असे म्हणता येते.

सकलेश्वर – अंबेजोगाई

अंबेजोगाई गावाच्या पश्चिमेला सकलेश्वर मंदिर आहे. इ.स. १२२९ मध्ये यादव राजांच्या सेनापती खोलेश्वर याने हे मंदिर उभारले, असा उल्लेख असणारा शिलालेख सापडला आहे. गाभारा, मंडप यांच्यामध्ये अंतराळ असे साधेच मंदिर असले तरी गाभाऱ्यातील देवमूर्ती जवळजवळ बारा फूट खोल आहे. आपल्याला काही पायऱ्या उतरूनच गाभाऱ्यात जाता येईल. अर्थातच त्यामुळे गाभाऱ्यात अंधार आहे. गाभाऱ्याच्या भिंती साध्या-सपाट आहेत. गाभाऱ्याचे प्रवेशद्वार उंचीला लहानसे आहे. ललाटावर गणेश न दाखवता इथे डाव्या बाजूच्या देवळीत गणपती आहे. उंबरठा म्हणजेच मण्डारकावर कीर्तिमुखे दाखवली आहेत. अशा खोल, अरुंद गाभाऱ्याला 'प्राग्रीवा' म्हणता येईल.

या मंदिराचे वेगळेपण याच्या मंडपातूनही दिसते. भिंतीऐवजी इथे स्तंभच अधिक दिसतात. गोलाकार रंगशिला तारकाकृती कोरीव नक्षीने आणि गोलाकार स्तंभांनी नजरेत भरते. रंगशिलेभोवती आठ स्तंभ आहेत, तर त्यांच्या बाहेरील परिघात १२ स्तंभ आहेत. त्यांच्या स्तंभपुत्तलिका आहेत. खांबांच्या वरच्या भागात या स्त्री प्रतिमा दिसतात. त्यांच्या वरच्या भागात दिवे ठेवण्याची खास जागा केलेली दिसते. यावरून या 'दीपलक्ष्मी' आहेत, असे म्हणता येईल.

बाकी कोणतेही अलंकरण, कोरीवकाम मंदिराचा छतावर किंवा बाह्य भिंतीवर दिसत नाही. नंदीदेखील मंदिराबाहेर ठेवलेला आहे. त्याच्या मूळ जागी अर्थातच तो नाही. शिलालेखात उल्लेख असल्यानेच मंदिराचा काळ स्पष्ट होतो.

खोलेश्वर मंदिर – अंबेजोगाई

महाराष्ट्राच्याच काय भारताच्या इतिहासात आगळेवेगळे ठरावे असे खोलेश्वर मंदिर अंबेजोगाईच्या उत्तरेला गढीच्या जवळ आहे. या मंदिरात शिलालेख आहे.

इ.स. १२४० ही तारीख स्पष्ट करणाऱ्या शिलालेखात या मंदिराच्या उभारणीचा उद्देश विशद केलाय. या मंदिराचे मूळ नाव रामनारायण मंदिर. यादवांचा सेनापती खोलेश्वर याची मुलगी लक्ष्मी हिने रामनारायण मंदिर आपल्या शूर लढवय्या भावाच्या स्मरणार्थ उभारले. शिलालेखात लक्ष्मी हिच्या भावाचे नाव राम असे दिले आहे. साधारण बाराव्या शतकात उभारलेल्या मंदिरांप्रमाणेच याही मंदिराच्या मंडपाला तीन दिशांनी प्रवेशद्वारे आहेत. चौथ्या दिशेला अंतराळ आणि गाभारा आहे. या पूर्वाभिमुख मंदिराच्या पूर्वेचे प्रवेशद्वार प्रमुख असावे. कारण याच्यासमोर मुखमंडप आहे. साधारण पाच फूट उंच अधिष्ठान असून मंदिरापेक्षा जास्त रुंद असल्याचे आपोआपच उंच प्रदक्षिणापथ मिळाला आहे. मंडप साधा असून मूळचा पडून गेल्याने नंतर बांधलेला आहे. ज्याच्यामुळे मूळ मंडपाचा अंदाज करता येत नाही. मंडपाच्या मधोमध रंगशीला आहे. छताला दहा एककेंद्री वर्तुळे दिसतात. उत्क्षिप्त प्रकारचे वितान असून मधल्या सर्वांत लहान वर्तुळाकार कमळ कोरलेले दिसते.

चौरस तळखडा असणारे स्तंभ साधेसे असून वर नागशीर्ष आहे. गाभाऱ्याचे प्रवेशद्वार मात्र नक्षीदार आहे. खाली गंगा, यमुना, वैष्णव द्वारपाल आणि चवरीधारीणींच्या मूर्ती असणाऱ्या द्वारशाखांवर कीर्तिमुख, स्तंभ, पुष्पलहरी आणि सैनिक यांच्या प्रतिमा 'ओळीने' दिसतात. द्वारललाटावर गणेश आहे. उत्तरांगावर पाच देवळ्या कोरल्या आहेत; पण त्या सर्व रिक्त आहेत. गाभाऱ्यातल्या दोन कोनाड्यांमध्येही सध्या काहीही दिसत नाही. गाभाऱ्याचे छत सपाट आहे.

ही दोन्ही मंदिरे स्मारकांप्रमाणे बांधण्याची कल्पना दिसते. मात्र, पूर्वी भारतात ज्याच्या स्मरणार्थ मंदिर बांधायचे, फार तर त्याचे नाव मंदिराला देत. शिवाय ताम्रपट किंवा शिलालेख असेल तर मंदिर उभारणारा आणि त्याचा काळ यांच्याबाबत थोडी तरी माहिती उपलब्ध होऊ शकते.

बहिणीने भावाच्या स्मरणार्थ मंदिर उभारल्याचे असे दुसरे उदाहरण क्वचितच सापडेल. दिवंगत स्मरणीय व्यक्ती योद्धा असल्यामुळे द्वारशाखेवर सैनिक दाखवण्याचा प्रयोग शिल्पकारांनी केला आहे. यावरून लक्षात येईल, मंदिरावर असणाऱ्या मूर्तींना, शिल्पांना बहुआयामी संदर्भ असतात. ते समजून घेणे म्हणजेच मंदिर, शिल्पकला समजून घेणे!

मंदिराच्या बाह्यभिंतींवर नरसिंह, विष्णू आणि नटेश्वराच्या मूर्ती देवकोष्ठांमध्ये दिसतात. या आणि मंदिरातल्या इतर वैष्णव मूर्ती, वैष्णव द्वारपाल आणि मुख्य म्हणजे शिलालेखातील उल्लेख यावरून हे मंदिर मुळात रामनारायणाचे म्हणजे विष्णूचेच होते. गावातील इतर मंदिरे शिवाची आहेतच. कदाचित नंतरच्या काळात इथे गाभाऱ्यात शिवलिंगाची स्थापना केली गेली असावी.

या व्यतिरिक्त जोगाई मंदिर आणि गावातच चौकात असणारे चौबारी गणेश मंदिर अशी दोन जुनी मंदिरे गावात आहेत. जोगाई मंदिरात इ.स. १२२९ मध्ये मंदिराला देणगी दिल्याचा उल्लेख असणारा शिलालेख आहे. कदाचित या आधी मंदिराचे बांधकाम झाले असेल किंवा इ.स. १२२८ मध्येच झाले असेल! काहीही झाले तरी या दोन्ही मंदिरांचे मूळ स्वरूप आज शिल्लक नाही. प्राचीन संदर्भ नसले, जुन्या काळातलेच वापर, उपयोग नसले तरी आज केवळ धार्मिक कारणाने मंदिराची जोपासना केली जाते हे खरे. मात्र, त्यासाठी आधुनिक पद्धतीने आपण दुरुस्ती, उभारणी करतो. त्यामुळे मूळचे अभिजात कलात्मक, दर्जेदार कोरीव सौंदर्य नष्ट होते, यात शंका नाही.

विठ्ठल मंदिर – पानगाव

रामनारायण मंदिराप्रमाणेच पानगावचे विठ्ठल मंदिरही आपल्याला शैव–वैष्णव यांच्या गोंधळात टाकते. मंदिरासमोर नंदी आहे. द्वारपाल जे गाभाऱ्याबाहेर, द्वारशाखेवर आपल्याला भेटतात तेही शैव दिसतात; परंतु मंदिराच्या बाह्य भिंतींवर – गाभाऱ्याच्या भागावर वैष्णव मूर्ती अधिक अहेत. म्हणजे हे मूळचे वैष्णव मंदिर असावे, असा अंदाज डॉ. जामखेडकर वर्तवतात, तर शैव घटक लक्षात घेऊन डॉ. प्रभाकर देव यांना हे मूळचे शिव मंदिर असावे, असे वाटते. कदाचित हे हरीहर मंदिर असेल का?

'एकं सत् विप्रा बहुधा वदन्ति' असे वेदात म्हटले आहे. द्रष्टे ऋषी आपल्याला सांगतात, सत्य एकच आहे. देव एकच आहे. विद्वानांनी त्याला बहुविध नावे दिली आहेत. पुराणे सांगतात 'सर्व देव नमस्कार : कशवम् प्रतिगच्छति' कोणालाही नमस्कार करा तो केशवालाच पोहोचतो. अर्थात विष्णूला महत्त्व देणारे हे वचन आहे; पण आपल्याला आज याचे फारसे महत्त्व वाटत नाही. काय फरक पडतो शिवाचे की विष्णूचे मंदिर असो, आपलेच आहे ना! मात्र, जेव्हा ही मंदिरे उभारली गेली तेव्हा विविध पंथांमध्ये तट पडण्याचा काळ होता. या सर्वांना अद्वैत तत्त्वज्ञानाच्या आणि पंचायतनाच्या मदतीने आद्य शंकराचार्यांनी एकत्र आणले. वेदवचन प्रत्यक्षात उतरवून दाखवले.

शिव आणि विष्णूच्या देव म्हणून होणाऱ्या जडणघडणीतही फरक असल्याचे दिसते. शिव हा देव, त्याचे स्वरूप, पूजापद्धती प्रस्थापित, सभ्यतेच्या नियमांपेक्षा वेगळे असल्याचे दिसते. वनवासी, आदिवासी, अनेक शतके नागरी, सभ्य, सुसंस्कृत जीवनापासून दूर राहिलेल्या लोकांच्या चालीरीती शिव उपासनेत अंतर्भूत झाल्याचे दिसते. त्याचे स्वरूप मृगाजीनावर बसणारा, व्याघ्रांबर नेसणारा, नाग–साप गळ्यात वागवणारा, चिताभस्म अंगाला लावणारा, कपालातून भिक्षा स्वीकारणारा, स्मशानात राहणारा, मस्तकावर जटाभार मिरवणारा, राक्षसाप्रमाणे सभ्यजनांना विचित्र वाटणाऱ्या

गणांचा समूह बाळगणारा असा शिव लिंगरूपात जास्त पूजिला जातो. त्याचे पुजारीपण गुरव समाजाकडे असते. सृष्टीतील जुने पुराण, कालबाह्य झालेले नष्ट करणे-लयाला नेणे हे कार्य त्यांच्याकडे आहे. शीघ्रकोपी, ताण्डव करून प्रलय माजवणारा तितकाच आशुतोष सहज प्रसन्न होणारा, भोळा सांब असा महादेव असल्याचे आपण त्याच्या स्त्रोतांमधून ऐकतो.

उलट विष्णू संयमी, समजदार, शांत, चतुर, चाणाक्ष आहे. सभ्य सुसंस्कृत नागरी समाजाला रुचतील अशा स्वरूपाच्या उपासनापद्धती वैष्णव पंथात दिसतात. विष्णूचे स्वरूपही एखाद्या राजाप्रमाणे पितांबर, मुकुट, एकावली, वनमाला इत्यादी अलंकारांनी सुशोभित आहे. सृष्टीचे स्थितीस्थापकत्व राखण्याचे त्याचे काम आहे.

ब्रह्मा हा निर्माता असूनही त्याच्या संप्रदायाची, मंदिराची अशी चढती भाजणी दिसत नाही. त्यामुळे सर्वाधिक लोकप्रिय शिव आणि विष्णू आहेत असे म्हटले तर अतिशयोक्ती होऊ नये. यांचे पथ-संप्रदाय तयार झाले. विविध भौगोलिक प्रदेशातील, वेगवेगळ्या समाजांच्या चालीरीती, देव-देवता यांच्याशी साम्य शोधून त्यांचा शैव किंवा वैष्णव पंथात समावेश करून प्राचीन समाजसुधारकांनी, ऋषींनी भारतात सामाजिक एकीकरणाची चळवळ सफल करून दाखवली. भारतीयांना बांधून ठेवणारा महत्त्वाचा घटक म्हणजे धर्म हे जाणून त्यांनी धार्मिक साम्यस्थळे दाखवून भारतीयांना एकत्र केले. यातूनच हरीहर मूर्ती तयार झाल्या. विष्णू व शिव एकच आहेत, एकत्र आहेत. हे स्पष्ट करण्यासाठी यांची लक्षणे एकत्रित असणाऱ्या मूर्ती घडवल्या गेल्या. आधुनिक काळात आपण दिवसातून किमान एकदा तरी वृत्तपत्रे, दूरदर्शन, टेलिफोन, मोबाईल आणि संगणकाचे दर्शन घेतोच. आपली अनेक कामे यांच्याशी निगडित आहेत, तसेच जुन्या काळात किमान एकदा तरी मंदिर, देवदर्शन अपरिहार्य होते. केवळ धार्मिक कारणासाठी नव्हे! त्यामुळेच या स्थानांची ताकद मोठी होती.

विदर्भ

मराठवाड्यातील काही वैशिष्ट्यपूर्ण मंदिरांचा परिचय करून घेतल्यानंतर आता विदर्भाकडे वळूया. सध्याचे यवतमाळ, अकोला, अमरावती, बुलढाणा, वर्धा, नागपूर, भंडारा, चंद्रपूर, गडचिरोली हे नऊ जिल्हे म्हणजे विदर्भ. उर्वरित महाराष्ट्राप्रमाणेच आंध्र प्रदेश आणि मध्य प्रदेशाशी प्राचीन काळापासून उत्तम संबंध निर्माण करणारा हा सुपीक समृद्ध प्रदेश. प्राचीन कलेच्या प्रांतातही विदर्भाचे वेगळेपण स्पष्टपणे जाणवते. साधारणत: इ.स.पूर्व ३०० ते इ.स. १३०० या विस्तृत कालखंडात विदर्भात मोठ्या प्रमाणात कलाकृती घडल्या. मौर्य कालखंडाच्या आधी विदर्भ जनपद हे स्वातंत्र्य राज्य अस्तित्वात होते. अशोकाने आपल्या विशाल साम्राज्यात अन्य प्रांतांप्रमाणेच विदर्भाला

वेगळेपण जपण्याची मुभा दिली. उत्तर आणि दक्षिण भारत जोडणाऱ्या महाराष्ट्राचा अत्यंत सुपीक आणि खनिजसंपत्तीने समृद्ध असा विदर्भ हा सर्वात मोठा भौगोलिक भाग. डोंगरदऱ्यांचे अडथळे नसल्यामुळे पूर्वी दक्षिणोत्तर व्यापारी मार्ग विदर्भातून जात असत. म्हणूनच इथल्या जीवनावर दक्षिण आणि उत्तरेचा संतुलित प्रभाव पडलेला दिसतो.

शिल्प आणि वास्तुकलेतून विदर्भाचे उत्तर-दक्षिणेशी असलेले सांस्कृतिक संबंध स्पष्ट होतात. इ.स.पू. ३०० च्या आधीपासूनचे शिल्प वास्तुकलेचे अवशेष इथे अजूनही भूमीच्या उदरात लपलेले आहेत. सध्या आपण प्रस्तरांच्या बांधीव मंदिराबाबत माहिती घेत असल्याने विदर्भात आढळणाऱ्या बांधीव मंदिराबात अधिक चर्चा करणार आहोत. या परंपरेचा आदीबिंदू म्हणून विदर्भातील मांढळ, मनसर, नागरा, रामटेक यांचा उल्लेख करावा लागतो. यांचा थोडक्यात परिचय सुरुवातीलाच आपण करून घेतला आहे. मात्र, वाकाटकांच्या अस्तानंतर विदर्भात काहीसे अस्थिर, अनिश्चिततेचे वातावरण पसरले. वाकाटकांसारखे समर्थ, बलवान, उत्तम व्यवस्थापन - प्रशासन असणारे राजे विदर्भाला मिळाले नाहीत.

राजकीय-आर्थिक गोंधळाची स्थिती, ढासळलेली अर्थव्यवस्था आणि शेतीप्रधान जीवनमान असलं तरी समाजाने नेहमीच आपल्याला सावरलेले आहे. सांस्कृतिक, कलात्मक घडामोडी समाजमनाला दिलासा देत आल्या आहेत. त्यातही मंदिर ही धार्मिक, सामाजिक, आर्थिक घडामोडींचे स्थान असलेली सांस्कृतिक जागा विकसित करणे समाजमनाच्या स्वास्थ्याठी आवश्यकच! विदर्भात या गोष्टींची पूर्तता करणाऱ्या वास्तू इ.स. ८०० ते १३०० या काळात पुन्हा जोमाने उभ्या राहिल्या. भेजगाव, नांदगाव भुसारी, महादेववाडा, मूल, भटाळा, यवतमाळमधील दिग्रसच्या परिसरातील मंदिरे अशी कितीतरी उदाहरणे देता येतील. एकूणच राजकीय, आर्थिक क्षेत्रात उलथापालथ झाली तरी मंदिरे उभारणे, कलानिर्मिती अगदी थांबली असे नव्हे. राजकीय नेते आणि धनिकांनी कलाक्षेत्राला यथाशक्ती मदत केली. यातूनच मार्कंडीचे शिवमंदिर, त्याच्या भोवतीची मंदिरे, भांदक आणि भटाळाच्या कलाकृती घडल्या.

मार्कंडी - गडचिरोली

मार्कंडी या वैनगंगा नदीच्या काठावरील मंदिर समूहाचा उल्लेख महाराष्ट्राच्या कलापरंपरेत महत्त्वाचा आहे. भंडारा, गडचिरोली, चंद्रपूर या भागाला सुजलाम् सुफलाम् करणाऱ्या वैनगंगेच्या काठी इ.स. १९२४-२५ मध्ये ब्रिटिश पुरातत्त्वज्ञ अलेक्झांडर कानेगहॅम यांना २४ मंदिरे आढळली. आज इथे केवळ चारच मंदिरे सुस्थितीत आहेत. मार्कंडी आज गडचिरोली जिल्ह्यात यते. निसर्गसौंदर्याने समृद्ध. खनिजसंपत्तीही मुबलक.

या भागात अनेक नद्या आहेत. त्यातली वैनगंगा ही सर्वात मोठी नदी. भरपूर पाण्याचे अधिकाधिक प्रदेशाही तहान तिने भागवली आहे. मार्कंडी या गावापाशी तिचा प्रवाह दोन दिशांनी विभागला गेलाय. मार्कंडीपासून ही वैनगंगा, 'उत्तर वाहिनी' आणि 'दक्षिण वाहिनी' अशा दोन नावांनी ओळखली जाते. याच महत्त्वाच्या ठिकाणी शंकराचे मोठे मंदिर बांधले गेले 'मार्कंडेश्वर'!

दोन नद्यांचा संगम, समुद्र-नदी संगम, नदीचा उगम अशा वेगवेगळ्या ठिकाणी पूर्वी लोक धर्मकार्याला प्राधान्य देत. यातूनच तीर्थक्षेत्रांचा उदय झाला. मार्कंडीला भव्य मंदिर समूह उभारण्यामागे हाच हेतू असावा. लोकांना आवडेल असे स्थान धर्मकार्याला उपलब्ध होते. विविध पंथांच्या भाविकांना आपापल्या देवतांची मंदिरे एकाच जागी सापडतात. मुख्य म्हणजे निसर्गसान्निध्यात शांत वातावरणात पर्यटनाचा आनंदही लोकांना घेता येतो.

मार्कंडेयाची कथा अनेक शैव पुराणांमध्ये सांगितली जाते. मार्कंड ऋषींना मूल होत नव्हतं. शिवाची मोठी उपासना त्यांनी केली. प्रसन्न होऊन महादेवाने विचारले, 'तुला आळशी, मूर्ख पण दीर्घायुषी पुत्र हवा की बुद्धिमान पण अल्पायुषी?' आता दीर्घ आयुष्य असले तरी मुर्ख मुलगा घेण्यात काय शहाणपणा? मार्कंड ऋषींनी अर्थातच हुशार, बुद्धिमान पुत्र मागितला. तोच हा मार्कंडेय. तो सोळा वर्षांचा झाला. अतिशय विद्वान, विद्याव्यासंगी, विनम्र आणि शिवभक्त मार्कंडेयाचे आयुष्य संपले. तो शिवपूजेत मग्न असतानाच यम त्याला नेण्यासाठी आला. घाबरून मार्कंडेयाने पिंडीलाच मिठी मारली, तर काय आश्चर्य! त्याचा आर्त धावा ऐकून साक्षात शंकर त्या पिंडीतून प्रकट जाले. त्यांनी यमाला पळवून लावले. आपल्या छोट्या भक्ताला दीर्घ आयुष्याचा वर दिला. आपल्या कर्माने दैवही बदलता येते. अपार भक्तीला मृत्यू नसतो. हेच या कथेतून सूचित केलेय. अशा भक्तिमहिमा ठसवणाऱ्या कथा पूर्वी लोकप्रिय होत्या. मंदिरांची नावेही त्यावरून ठेवत. मार्कंडेश्वर हे त्याचेच उदाहरण!

नागपूरपासून सुमारे १३४ कि.मी. अंतरावर आग्नेय दिशेला मार्कंडी आहे. तत्कालीन समाजात मोठे तीर्थक्षेत्र म्हणून नावाजलेल्या मार्कंडीची अवस्था आज दुर्लक्षितच आहे. २४ पैकी केवळ चारच मंदिरे सुस्थितीत आहेत. मार्कंडऋषी, यमधर्म, मुकुण्ड ऋषी आणि शिवमंदिर यापैकी मार्कंडऋषी मंदिर सर्वात मोठे महत्त्वाचे आहे. इतरही लहान-मोठी मंदिरे भग्नावस्थेत त्याच्या आजूबाजूला दिसतात. ही सर्व २४ मंदिरे एकत्र एका तटात बांधली होती. पूर्वेला नदीच्या बाजूनेही या तटात प्रवेश करता येतो. ही मंदिरे इ.स. ११०० मध्ये उभारली गेली. त्यांचा जीर्णोद्धार नंतरच्या काळातल्या गोंड राजांनी केल्याचे सांगितले जाते. मात्र, यात एक उणीव राहिली ती म्हणजे सर्वच मंदिरे त्यांचे खरे स्वरूप गमावून बसली.

मार्कंडीचे प्रमुख मंदिर आणि वैशिष्ट्यपूर्ण स्थापत्य, शिल्पकलेचे उत्कृष्ट उदाहरण ठरते ते मार्कंडऋषी मंदिर. हे आकाराने इथले मोठे मंदिर म्हणता येईल. या पूर्वाभिमुख मंदिराला गाभारा, अंतराळ, मंडप, तीन बाजूंना मुखमंडप, समोरच नंदीसाठी स्वतंत्र मंडप असे भाग आहेत. नंदीमंडप बऱ्यापैकी मोठा, मोकळा आणि चौरसाकार आहे. दक्षिण आणि उत्तरेचे अर्धमंडप कोसळले आहेत. मात्र, त्यांच्या अधिष्ठानामुळे पूर्वीचे अस्तित्व सिद्ध होते. मुखमंडपातून आपण सभामंडपात प्रवेश करतो. इथे उंच ओट्यासारखी रंगशिला दिसते. पायऱ्या चढून रंगशिलेवर जावे लागते. इतकी उंच, काहीशी विचित्रच वाटावी अशी रंगशिला महाराष्ट्रात इतरत्र कोठेही दिसत नाही. अशा उंच ओट्यासारख्या रंगशिलेमुळे भव्य असूनही सभामंडप लहान असल्याचा आभास निर्माण होतो.

सभामंडपातले खांब, आतल्या भिंती आणि छताची पुनर्बांधणी करताना मंदिराच्या मूळ सौंदर्याकडे पुरेसे लक्ष दिलेले नाही. काही शिल्पे ही तर गोंडकालीन किंवा १५-१६व्या शतकातली असूनही प्राचीन शिल्पांच्या रांगेतच बसवली आहेत. सभामंडप 'समतल वितान' सपाट छत असलेला घडवला आहे. अंतराळातही आजूबाजूला काही मूर्ती जागा मिळेल तशा बसवल्या आहेत. त्यामुळे त्यांचे सौंदर्य कमी होत नाही हे जरी खरे असले तरी मूळ स्थान योजना आणि संगतीची कल्पना येत नाही. कोठेतरी कशातरी बसवल्यामुळे त्या मूर्तींचा उद्देश निरर्थकच वाटू लागतो. पुढे अंधारे छोटे गर्भगृह आहे. इथे काही पायऱ्या उतरून गेल्यावर मार्कंडेश्वराचे दर्शन होते.

सभामंडपातले स्तंभ साधे, चौरसाकार आहेत. वरच्या छताला आधार देणारे हे खांब चांगले जाडजूड आहेत. खांबांच्या तळाशी आडवे पट्ट कोरलेले दिसतात. मधला भाग पूर्णपणे साधा नक्षीकामविरहित आहे. वरच्या बाजूला अष्टकोन, आमलक, पद्म असा थोडा नक्षीकामाचा भाग येतो. स्तंभशीर्ष गोलाकार असून बाजूला चौरसाकार 'अधिक'च्या खुणेप्रमाणे दिसणारे तरंगहस्त आहेत. यावरही नक्षीकाम नाही. आतापर्यंतच्या मंदिरांमध्ये या स्तंभशीर्षकावर आपण कीचक किंवा नाग वगैरे पाहिले आहेत. देशात सर्वत्रच खांबांच्या विविध नक्षीदार नमुन्यांचे दर्शन होते. वास्तविक, दहा-बाराव्या शतकात काही ठराविक चिन्हे किंवा नक्षीकामाचे नमुनेच वापरत असत; पण त्यांची रचना, संगती आणि आकारातल्या विविधतेने खांबाला विशेष सौंदर्य प्राप्त होते. या ठराविक नक्षीप्रकारात चौकट-रत्नाच्या आकाराचा वापर लक्षणीय आहे. तसेच कमळाच्या पाकळ्या, मोत्यांच्या माळा, वेली-फुले, काही भौमितिक आकार यांचा वापर जास्त प्रमाणात केला जाई. मंदिराच्या बाहेरच्या बाजूने जितकी उत्तम कलाकुसर दिसते तितकेच हे मंदिर आतून साधे आहे. मंदिरातून बाहेर आल्यावर दारासमोर पश्चिमाभिमुख नदीमंडप आहे.

बाहेरून आपले लक्ष वेधून छाप पाडते ते मार्कंडेश्वर मंदिराचे शिखर. आज भग्नावस्थेत असले तरी उत्तुंगतेची कल्पना केल्यास मंदिराचा विशाल आवाका ध्यानात येतो. गाभाऱ्यावर उत्तम भारतीय–नागर मंदिर शैलीमधील 'रेखा देऊळ' शैलीचे शिखर पूर्वी होते. उभ्या सरळ रेषेत विविध शैलीचे शिखर पूर्वी होते. उभ्या सरळ रेषेत विविध नक्षीदार पट्ट रचण्याच्या पद्धतीमुळे मंदिराच्या शिखरावर उभ्या रेषा दिसतात. उंच शिखर अधिकच उंच भासू लागते. सभामंडपावरचे शिखर मात्र याउलट भास निर्माण करते. गाभारा आणि मंडपाच्या मधे असणाऱ्या अंतराळावरचे शिखर म्हणजे शुकनास. मार्कंडेश्वर मंदिराचे शुकनास उत्तम स्थितीत आहे. कलात्मक रचना आणि विविध मानवी व पक्ष्यांच्या प्रतिमांमुळे ते आकर्षक बनले आहे. इथे उमा–महेश्वराची मूर्ती कोरलेली आहे. इथे खरोखरीचा वरचा मजला असून त्याला मध्यभागी दरवाजा आणि दोन बाजूंना दोन लहान आकाराची मंदिरे आहेत. मुख्य मंदिराच्या पद्धतीनेच ही शूकनासाशेजारची मंदिरे घडवल्याचे दिसते. तसेच कोरीव पट्ट लक्षपूर्वक कोरून बसवले आहेत. उमामहेश्वर दरवाजावर आहेत. त्यांच्या दोन्ही बाजूंना सूरसुंदरी दाखवल्या आहेत. वर गवाक्ष–खिडकी असणारे त्रिकोणाकृती शिखर आहे. मंडपावर मधोमध संवरण आणि चार कोपऱ्यांवर चार अशी पाच शिखरे होती. मधले शिखर आज शिल्लक नाही. मात्र, चारही कोपऱ्यांवरची फांसना पद्धतीची शिखरे उभी आहेत.

मार्कंडेश्वराच्या सर्व बाह्यभिंती उच्च प्रतीच्या नक्षीकामाने नटलेल्या आहेत. पहाटे अगदी दवबिंदूही पडण्याच्या आधी पारिजातक जसा कोवळ्या बहारदार फुलांनी लगडलेला दिसावा तसेच हे मंदिर दिसते. इतकी अप्रतिम शिल्पकला महाराष्ट्रात इतक्या मोठ्या प्रमाणात इतरत्र आढळत नाही. मला तर वाटते, हे मंदिर स्थपतींचे नसून शिल्पकारांचे अधिक आहे. मूर्ती–शिल्पांना जागा मिळावी म्हणून कल्पकतेने स्थापत्य केलेले दिसते.

मंदिर हे देवाचे शरीर मानून अधिष्ठान म्हणजे पाय तर भिंतीला मांडीची जागा मानतात, म्हणून भिंतीला जंघा म्हटले जाते. मार्कंडीला मुख्य मंदिराची जंघा तीन भागांत – पट्ट्यांत विभागली आहे. म्हणून तिला 'त्रिजंघा मंडोवर' म्हणायचे. खजुराहोला केवळ एक लक्ष्मण मंदिर हे 'द्विजंघा मंडोवर' असलेले मंदिर आहे. इतर सर्व मंदिरे ही 'त्रिजंगा मंडोवर' प्रकारची आहेत. भिंतीची अशा तीन पट्ट्यांत विभागणी झाल्यामुळे अर्थातच मूर्ती, शिल्प यांना भरपूर जागा उपलब्ध झाली. विशेष म्हणजे खजुराहो किंवा महाराष्ट्रात, होयसळांच्या बेलूर हळेबिडमध्ये दिसते. तशी इथेही कोनाकोनांची भिंत आहे. त्यामुळे काही मूर्ती अंधारात जातात. कारण त्या भिंतींच्या आतल्या कोनांवर असतात. बाहेरच्या कोनावरील मूर्ती उजेडात दिसतात. असा छाया–प्रकाशाचा मनोहारी खेळ या अप्रतिम शिल्पांना जिवंतपणा आणतो. सावलीत जाणाऱ्या

कोनांवर गंधर्व, सूरसुंदरी, व्याल अशा दुय्यम मूर्ती आहेत. प्रकाशात असणारे कोन अधिक रुंद आहेत. त्यांच्यावर व्यवस्थित कोरलेल्या कोनाड्यामंध्ये विविध देव-देवतांच्या वैशिष्ट्यपूर्ण मूर्ती आहेत.

व्याल, सूससुंदरी आणि बऱ्याचशा देवमूर्ती उभ्याच कोरलेल्या आहेत. त्यामुळे मंदिराला 'आडवेपणा' येत नाही. हा खजुराहोचा प्रभाव आहे. मंदिर अधिक उंच, भव्य, आकाशगामी भासवण्यासाठी ही युक्ती केलेली आहे. आडव्या पट्ट्यांमुळे मंदिर पसरट, बुटके वाटण्याची शक्यता अधिक; पण स्थापत्यातल्या उणिवांवर शिल्पकलेने मात केली आहे.

व्याल म्हणजे सिंह. मात्र जरा कलात्मकतेने दाखवलेला. यात तो उग्र, भीतीदायक वाटावा असा प्रयत्न असतो. मात्र, त्यांची लयदार रचना आपल्याला मोहवते. कितीही उग्र असला तरी त्याची भीती वाटत नाही. काही वेळा या व्यालांमध्ये सिंह, हत्ती, घोडा अशा प्राण्यांचे संयुक्त रूपही आढळून येते. बहुतेक सर्वच मंदिरांवर पूर्वी सूरसुंदरी दाखवल्या जात. यात मुख्यत्वे वाद्ये वाजवणाऱ्या, नृत्य करणाऱ्या आणि प्रसाधन करणाऱ्या सूरसुंदरींचे प्रमाण अधिक असते. काही ठिकाणी त्यांच्या जोडीने संस्कृत साहित्यातल्या अष्टनायिकासुद्धा दाखवल्या जातात. मार्कंडीला प्रसाधन, वादन-नर्तन करणाऱ्या सूरसुंदरी दिसतात. मात्र, त्या दाखवण्यामागे केवळ स्त्रीप्रतिमांचे आकर्षण, सुशोभीकरण एवढाच हेतू नसतो, तर नवनिर्मिती, सृजनशीलता, कलात्मकता यांचे प्रतीक म्हणून त्या समोर येतात.

मार्कंडीच्या बहुतेक देवप्रतिमा सपत्नीक दाखवल्या आहेत. अष्टदिकपाल, ब्रह्मा, विष्णू, महेश अशा कितीतरी मूर्ती इथे दिसतात. मात्र, त्यातल्या बहुतांश पती-पत्नीच्या जोड्या दाखवल्या आहेत. हादेखील खजुराहोचा प्रभावच म्हणायला हवा.

मध्य प्रदेशच्या तत्कालीन स्थापत्याचा प्रभाव इथल्या इतरही मंदिरांवर दिसतो. बऱ्याच ठिकाणी गाभारा आणि अंतराळ दगडाने बांधून मंडप मात्र विटा किंवा बांबू, लाकूड यांचा बांधत असत. मार्कंडीला असणाऱ्या इतर लहान मंदिरांची अशीच रचना असावी. डॉ. जामखेडकरांनी असाच अंदाज वर्तवला आहे. अशा विटा किंवा लाकडाच्यां बांधकामाचे आयुष्य मर्यादित असल्याने इथल्या अन्य मंदिरांना मंडप नाहीत. मूळ मोठ्या मंदिराची भव्यता मनात असावी म्हणून हा प्रयोग झाला असण्याची शक्यता असावी म्हणून हा प्रयोग झाला असण्याची शक्यता आहे. उपमंदिरेही सुबक, रेखीव आहेत. मात्र, मुख्य मंदिराइतके शिल्पांकन त्यावर दिसत नाही.

मार्कंडी हे गडचिरोली जिल्ह्यात असल्याने महाराष्ट्रातले पर्यटक इथे येण्यास घाबरतात हे समजण्यासारखे आहे. तरीही अत्यंत नयनरम्य, मनोहारी परिसर, उत्कृष्ट

कलाविष्कार आणि हिरवी शेते, दाट जंगलांनी समृद्ध गडचिरोली आणि त्याचा मुकुटमणी शोभावा असा मार्कंडी मंदिर समूह आवश्य बघायला हवा. महाराष्ट्रात बांधीव मंदिरांमध्ये इतके उत्कृष्ट, वैशिष्ट्यपूर्ण शिल्पांकन असलेले दुसरे मंदिर नसावे. एवढा मोठा परिसर तशीच विस्तीर्ण नदी, उंच घाट, एकाच तटबंदीत उभारलेली ही मंदिरे एकदा पाहून मन तृप्त होत नाही हेच खरे.

विदर्भात अनेक ठिकाणी बांधीव मंदिरांचे अवशेष आणि विस्मृतीत गेलेली मंदिरे दिसतात. अनेक ठिकाणी उत्तर भारतीय विशेषत: खजुराहोच्या स्थापत्यशैलीचा प्रभाव अधिक जाणवतो. तरीही भटाळा, भांदक, काटोळ, महागाव, लोणार, सातगाव, साकेगाव अशा ठिकाणची मंदिरे स्थापत्यशैलीचा महाराष्ट्राच्या संदर्भाने विचार करताना नक्कीच अभ्यासावी लागतात.

शिवमंदिर – भटाळा

वरोरा तालुक्यात भटाळा गावामध्ये आगळेवेगळे शिवमंदिर आहे. सध्या या मंदिराचा गाभारा आणि अंतराळ एवढे दोनच भाग शिल्लक आहेत. रुंदीपेक्षा या मंदिराची उंची मनात अधिक ठसते. क्वचित 'अति'उंचपणामुळे थोडे विचित्र बांधकाम वाटू लागते. अंतराळ आणि गाभाऱ्यावर आणखी एकेक मजलादेखील आहे.

बाह्य भिंती साध्या ओत. गाभाऱ्याच्या तीन भिंतींवरच्या देवळ्यामंध्ये कार्तिकेय, शिव, चामुण्डा अशा देवमूर्ती आहेत. अंतराळाची लांबी खूपच जास्त वाटते. जवळ-जवळ उभारलेले साधे खांब हे इथले वेगळेपण वाटते. एरवी मंदिराला आतून सजवण्यासाठी खांबांवर कोरीवकाम करणे सर्वमान्य होते. अंतराळाच्या मुखाजवळचे स्तंभ जास्त अलंकृत आहेत. तुळया, छत यांच्यावर कमळ वगैरे नक्षीकाम केले आहे. पूर्णत्व, समृद्धीचे प्रतीक-कलश इथे दिसतो. गाभाऱ्याचे द्वार, पंचशाख पद्धतीचे आहे. द्वारशाखेच्या वर उत्तरांगावर पाच मंदिरांच्या प्रतिकृती-शिखरे कोरली आहेत. ज्यातील एकाआड एक तीन नागर व मधली दोन द्राविड पद्धतीची शिखरे आहेत.

गाभारा आणि अंतराळावरही शिखर नसल्यामुळे काळनिश्चिती करणे फारच अवघड आहे; पण गाभाऱ्याच्या चार कोपऱ्यांवर छोटी शिखरे नागर शिखराचे अस्तित्व सूचित करतात. गावात अनेक ठिकाणी वेगवेगळ्या प्रकारच्या मूर्ती, मंदिरांचे भाग, आकर्षक कोरीव तोरण असे असंख्य अवशेष मिळाले आहेत. त्या सर्वांवरून राष्ट्रकूट काळात म्हणजे साधारणत: दहाव्या शतकात भटाळा हे महत्त्वाचे शहर असावे, असे वाटते. येथील अधिकतम पुरावशेष दहाव्या शतकातले आहेत.

द्विदल मंदिर – महागाव

यवतमाळ जिल्ह्यात महागावमध्ये दोन गाभारे असणारे मंदिर आहे. ओढ्याच्या काठावर तटबंदित असलेले हे मंदिर शिव आणि विष्णूचे असावे. मंदिर उत्तराभिमुख आहे. पूर्व आणि उत्तरेला अर्धमंडप आहेत. सभामंडपाला अर्धी भिंत आणि अर्धे खांब याची रचना करून हवा, प्रकाशयुक्त बनवले आहे. दक्षिणेचे गर्भगृह प्रमुख असून त्यता विष्णू, तर पश्चिमेच्या गाभाऱ्यात शिवलिंग आहे. प्रत्येक अर्धमंडपासमोर वाहनमंडप आहे. पूर्वेच्या मंडपात नंदी आहे, तर उत्तरेच्या मंडपात पूर्वी गरुडमूर्ती असावी. मात्र, आज परिसरातही ती दिसत नाही.

चौरस मंडपात चौरसच आकाराची रंगशिला आहे. तिच्या चार कोपऱ्यांवर चार स्तंभ आहेत. मंडपाच्या भिंतीमध्येही अर्धस्तंभ आहेत. मुख्य स्तंभावर कीचकहस्त, तर अर्धस्तंभावर नागशीर्ष हस्त आहेत.

मंदिर खूपच भग्न अवस्थेत आहे. तटाचे चिरे पडून प्राकार जणू भरूनच गेले आहे. शिव गर्भगृह खोल आहे. त्याच्या भिंतीतून एक झरा निघाला आहे आणि मागच्या बाजूला पाणी वाहत असल्याने जमीन खचल्यासारखी झाली आहे.

विष्णू मंदिर – सातगाव

बुलढाणा जिल्हा पुरावशेषांनी समृद्ध, जिजाऊंचे माहेर आणि उल्कापाताने तयार झालेल्या सरोवराचा जिल्हा. येथील सातगाव, साकेगाव आणि लोणार येथील मंदिरांचा थोडक्यात परिचय करून घेऊया. बुलढाण्यातील चिखली तालुक्यात सातगावला चार मंदिरांचे अवशेष आहेत. यापैकी विष्णू मंदिर भूमिज स्थापत्याचा नमुना म्हणता येईल. शिखरांनी आकाशाऐवजी जमिनीशी दोस्ती केली आहे. त्यामुळे पुन्हा ठामपणे शैली, काळ यांच्याबाबत स्पष्टता कमी; परंतु उरलेल्या भागावरून सप्तरथ, सप्तभूमी प्रकारचा हा प्रासाद होता असे दिसते.

दोन अर्धमंडप, समोर मुखमंडप, छोटे स्तंभ व अर्ध्या भिंतींचा सभामंडप, अंतराळ गाभारा अशी एकूण रचना आहे. कोणत्याही अर्धमंडपातून प्रवेश करताच रंगीशीलेवरच यावे लागेल अशी रचना आहे. रंगशीलेच्या चार कोनांवर स्तंभ असून त्यावर छत पेलले आहे. मंडपाच्या आणि मुखमंडपाच्या स्तंभांवरील कोरीवकाम खूपच वेगळे आहे. दोघांत साम्य दिसत नाही. पूर्वी मुखमंडपात कक्षासने होती. त्यांना भिंतीत लावण्यासाठी केलेल्या खाचांवरून हा अंदाज करता येतो.

अंतराळात छोटे कोनाडे असून त्यातील मूळ प्रतिमा अस्तित्वात नाहीत. गाभाऱ्याच्या द्वारावर चार शाखा असून ललाटबिंबाच्या जागी गणेशप्रतिमा आहे. द्वारशाखेच्या तळाशी द्वारपाल, गंगा–यमुना, चामरधारिणी अशा कोणत्याच प्रतिमा

नाहीत; परंतु द्वारशाखेच्या वर मात्र तोरण कोरले आहे. उंबरठ्यावर म्हणजेच मण्डारकावर नेहमीप्रमाणे कीर्तिमुख आहे. गाभाऱ्याच्या भिंती साध्या-सपाट असून आत तीन पट्टांचे भद्रपीठ आहे. या भद्रपीठावर देवतामूर्ती असणार! भद्रपीठावर शंख, पद्म हातात घेतलेली गजलक्ष्मी आणि वीरासनात बसलेला गरुड दाखवला आहे. भद्रपीठावर मूर्तीच्या पायाचा भाग फक्त शिल्लक आहे. गरूड आणि लक्ष्मीच्या उपस्थितीवरून हे विष्णूचेच मंदिर असणार, यात शंका नाही.

मंडपाचे आणि अर्धमंडपाचे छत नक्षीने सजलेले आहे. मंदिराच्या बाह्यभिंतीचा अधिष्ठान भाग हा एकसारख्याच नक्षीने नटलेला दिसतो. एकाच प्रकारचे पट्टे पूर्ण मंडप, गाभारा वगैरे भागांवर फिरलेले दिसतात. जंघाभागावर मूर्ती नाहीत. हेदेखील वेगळेपण ठरावे! महाराष्ट्रातील इतर मंदिरांचा प्रभाव या मंदिराच्या विविध भागांवर जाणवतो. सातगाव मंदिराचे विमान-गाभारा आणि शिखर झोडग्याचे महादेव मंदिर, सिन्नरचे गोंदेश्वर मंदिर येथील विमानांशी साम्य दर्शवते. कोकमठाणचे जगदंबादेवी मंदिर व अकोला, पेडगाव, झोडगे येथील मंदिरांच्या मंडपाची रचना जाणून इथला मंडप बांधला असावा, असा प्रभाव जाणवतो. महाराष्ट्राच्या शैलीतले बारकावे इथे दिसतात.

साकेश्वर मंदिर – साकेगाव

चिखली गावाच्या पश्चिमेलाच साकेश्वर हे शिवमंदिर साकेगावमध्ये आहे. हे साकेश्वर मंदिर आयताकार प्राकारात मुखमंडप, सभामंडप, अंतराळ, गाभारा या स्वरूपात उभे आहे. दोन पायऱ्या खाली असणाऱ्या गाभाऱ्यात शिवलिंग असून मागच्या भिंतीत रिकामा कोनाडा आहे. कदाचित इथे मुळात पार्वतीची मूर्ती असावी.

रत्नशाखा, स्तंभ व पूर्णघट, स्तंभ व कीर्तिमुख दोन रत्नशाखा अशी द्वारशाखांची रचना आहे. ललाटावर गणेशप्रतिमा आहे. कुबेर आणि गणेश यांच्या मूर्ती असणारे कोनाडे अंतराळात आहेत. उतरत्या भाजणीचे चौरस असणारे क्षिप्त प्रकारचे शिखर अंतराळावर आहे.

गूढमंडपात येताना मुखमंडपातून खाली उतरून यावे लागते. म्हणजे मुखमंडप वरच्या पातळीवर त्यापेक्षा खाली गूढमंडप आणि त्याहीपेक्षा खाली गर्भगृह अशी रचना आहे. मधोमध रंगशिला आहे. छताचे पर्यायाने मंडपाचे नऊ भाग पडतात. त्यामुळे याला 'नवरंग मंडप' म्हणता येईल. एककेंद्री उतरत्या भाजणीच्या वर्तुळांमुळे छत 'क्षिप्तोक्षिप्त' प्रकारचे बनले आहे. मंडपाच्या दक्षिणेकडील कोनाड्यात पार्वतीची सुटी मूर्ती आहे. मंडपाचे प्रवेशद्वारही सुशोभित आहे. इथे चार द्वारशाखा आहेत.

दोन पूर्ण आणि दोन अर्धस्तंभांवर तोललेले मुखमंडपाचे छतही उतरत्या भाजणीच्या कल्पनेतून उभारलेले दिसते. शुकनास आणि गाभाऱ्यावरचे भूमीज शिखर

ही इथली वैशिष्ट्ये ठरावीत. दोन मजली शुकनास म्हणजेच अंतराळाचे शिखर आहे. त्याच्या तळाशी हत्ती दाखवले आहेत. समोरची कमान कीर्तिमुखातून निघालेली दाखवली आहे. कमानीच्या तीन पट्ट्यांपैकी खालच्या पट्ट्यात ब्रह्मा, विष्णू, महेश आहेत. मधल्या पट्ट्यात योगमुद्रेत ध्यान लावून बसलेला शिव दाखवला आहे. शुकनासाच्या बाजूंवर देऊळ आणि स्तंभाच्या छोट्या प्रतिकृती दाखवल्या आहेत. एकूणच अलंकृत, नक्षीदार गाभाऱ्याच्या शिखराच्या बरोबरीने सजलेले अंतराळाचे शिखर होते, असे जाणवते. सातगाव आणि साकेगावची मंदिरे इ.स.च्या तेराव्या शतकात उभारली गेली असावीत, असे त्यांच्या रचना आणि शिल्पकलेवरून स्पष्ट होते.

दैत्यसूदन मंदिर – बुलढाणा

बुलढाणा जिल्हा जगप्रसिद्ध आहे, तो तेथील लोणार सरोवरामुळे. जालना, औरंगाबाद आणि जळगाव हे बुलढाण्याचे सख्खे शेजारी. प्राचीन कुंतल जनपदात याचा समावेश होता. सम्राट अशोकाच्या राज्यात समाविष्ट असलेला हा भूभाग सातवाहनांच्या अंमलाखाली असल्याचे पुरावेही आहेत. विदर्भात असूनही बुलढाणा थंड हवेचे ठिकाण आहे. ज्वारी, मिरची आणि कापड यांच्या व्यापाराचे केंद्र असणाऱ्या बुलढाणा जिल्ह्यात धार्मिक ठिकाणे जास्त आहेत. छत्रपती शिवाजीमहाराजांच्या मातु:श्री जिजाबाई यांचे जन्मस्थान बुलढाण्यात सिंदखेडराजा या गावी आहे. मेहेकरचा बालाजी हा तिरुपतीच्या बालाजीप्रमाणेच भक्तवत्सल म्हणून नावाजलेला आहे. शेगावला गजाननमहाराजांच्या भक्तांचे सतत जाणे-येणे असतेच. शेगावजवळ श्री क्षेत्र नागझरीला गोमाजीमहाराजांचे धार्मिक स्थळ आहे. मेहेकरप्रमाणेच देऊळगाव राजा येथे बालाजी मंदिर आहे. हे देवस्थान विदर्भात सर्वात श्रीमंत आहे असे म्हटल्यास अतिशयोक्ती होणार नाही. येथे श्री बालाजीची पंचधातूची मूर्ती सोन्या-चांदीच्या रत्नजडित आसनावर विराजमान आहे. मंदिराचे लाकडी दरवाजे चांदीच्या पत्र्याने मढवलेले आहेत. आश्विन शुद्ध प्रतिपदा ते आश्विन वद्य चतुर्थी अशी १९ दिवस मोठी जत्रा देऊळगावराजाला भरते. शेवटचे दहा दिवस तिरुपतीचा बालाजी इथे वास्तव्यास येतो, अशी भाविकांची श्रद्धा आहे. बुलढाण्यातील अंबाबरवा आणि भिंगारा ही थंड हवेची ठिकाणे आहेत. लोणारचे खाऱ्या पाण्याचे सरोवर ही अभ्यासकांची आवडती जागा. उल्कापातामुळे तयार झालेल्या सरोवरात खारे पाणी असून बाजूची जमीन उतरती आहे. गाडी वर पार्क करून पर्यटक उतरून दरीत जावे त्याप्रमाणे खाली सरोवराकडे जातात. या भागात सुंदर वनश्री आणि भरपूर घोरपडी बघायला मिळतात. अर्थात सध्या या घोरपडींच्या जिवाला धोका आहे. त्याचे रक्त, कातडे यांचे औषधी उपयोग असल्याचे सांगून बेसुमार कत्तल आणि तस्करीचे प्रकार चालत असत.

मेहेकरच्या महाराष्ट्र पर्यटन विकास मंडळाच्या कार्यालयातून आरक्षण केल्यास लोणारला विश्रामगृहात किंवा तंबूत वास्तव्य करता येते.

वैज्ञानिकांना खुणावते तसेच लोणार कलाप्रेमींनाही साद घालते. येथील दैत्यसूदन मंदिर हे अप्रतिम महाराष्ट्रीय मंदिर परंपरेतील महत्त्वाचे स्थापत्य आहे. लोणारला अनेक लहान-मोठी मंदिरे एकत्रित आहेत. लोणारला असणारे खाऱ्या पाण्याचे सरोवर ही चमत्कारिक गोष्ट समजून त्यासंबंधी दंतकथा रचल्या गेल्या. विष्णूचे वाहन गरूड याने लवणासुराचा इथे वध केला. हे खाऱ्या पाण्याचे सरोवर म्हणजे त्या लवणासुराचे घर होते, अशी दंतकथा आहे. 'लवणागार'वरून 'लोणार' हा शब्द तयार झाला हे उघडच आहे.

दैत्यसूदन विष्णूचे मंदिर पूर्वाभिमुख आहे. दोन अर्धमंडप, मुखमंडप, गूढमंडप, अंतराळ आणि गाभारा असे महाराष्ट्रातील इतर मंदिरांप्रमाणे इथेही मंदिराचे प्रमुख भाग आहेत. सध्या मुखमंडप पडलेला आहे. मंदिराच्या कोणत्याही भागावर छप्पर नाही. फक्त भिंतीच आहेत. त्यामुळे अनेक अभ्यासकांना हे मंदिर कधीच पूर्ण झाले नव्हते, असे वाटते. कदाचित काही आपत्तीमुळे बांधकाम अर्धवट सोडून दिले असावे. अर्धे काम इतके सुबक, सुंदर, आकर्षक आहे तर पूर्ण झाल्यावर ते मंदिर नक्कीच अद्वितीय ठरले असते. भव्य आकारमान तर सहजच नजरेत भरते. गाभाऱ्यात सध्या दिसणारी विष्णू मूर्ती बऱ्याच नंतरच्या काळात बसवलेली आहे.

बंदिस्त गूढमंडपात एकही खांब नाही. मंडपाच्या वरच्या मजल्याकडे जाण्यासाठी पायऱ्यादेखील केलेल्या दिसतात.

मंदिराचा पदविन्यास ताऱ्याप्रमाणे आहे. मंदिराचा बाह्यभाग नक्षीकामाने सजलेला आहे. साधे पण सुबक, आखीव-देखीव अधिष्ठान मंडप आणि गाभाऱ्याला समानच आहे. या सप्तरथ प्रासादाला अधिष्ठानावर भौमितिक आकार, कमळ, कणी, हंस, पद्मलता असे थर दिसतात. वर सूरसुंदरी अष्टदिक्पाल यांच्या प्रतिमा दिसतात. मंदिराच्या जंघा भागावर नृत्य गणेश, विष्णू-लक्ष्मी, विष्णू, मुरलीधर कृष्ण, राधा-कृष्ण आणि गोपिका, कालियादमन कृष्ण, सरस्वती, बलराम, परशुराम, राम, नरसिंह अशा देवतामूर्ती आहेत. एखादा अपवाद वगळता सर्व वैष्णवमूर्तीच आहेत. कानाकोनांच्या रचनेमुळे भिंतीचा एक भाग बाहेर, तर एक आत अशी रचना दिसते. अर्थातच कलाकारांना अधिक जागा उपलब्ध होते. उन-सावलीच्या लपंडावात शिल्पांचे सौंदर्यही अधिकच खुलते. अशा कोनांचा मध्यभाग असणाऱ्या भिंतीवर बऱ्यापैकी खोल जाणारे कोनाडे केले आहेत. गाभाऱ्याच्या मागच्या कोनाड्यात सूर्यमूर्ती आहे. दुसऱ्या कोनाड्यात देवीची मूर्ती आहे. मात्र, खूपच भग्न अवस्थेत असल्यामुळे ओळख पटत नाही. तिसरा कोनाडा रिकामाच आहे.

जंघा भागाच्या वर काही आडवे पट्टे आहेत. त्यावर देवळ्यांसारखे छोटे छोटे कोनाडे आहेत. सर्वात वर छज्जा आहेत. जाळीच्या खिडक्या म्हणजे जालवातायनावर शिल्पाकृती आहेत.

दैत्यसूदन मंदिरावर भरपूर आणि चांगले कोरीवकाम असले तरी तेराव्या शतकातला अनेक ठिकाणी जाणवणारा यांत्रिकपणा, शिल्पाच्या चेहऱ्यावर दिसणारे भाव कमी होणे काहीसा ठोकळेबाजपणा जाणवतो. जवळच पश्चिमेला असणाऱ्या खाऱ्या पाण्याच्या सरोवराकाठी सोळा मंदिरे आहेत. तुलनेने लहान आकारमान वाटले तरी स्थापत्य आणि कलेच्या दृष्टीने ही मंदिरे महत्त्वाची आहेत.

गावोगावी विखुरलेल्या या कालवैभवाची केवळ नावांची यादी करायची म्हटले तरी ग्रंथच तयार होईल. काही महत्त्वाच्या निवडक मंदिरांचा थोडक्याच परिचय करून देण्याचा उद्देश असल्याने सर्वच मंदिरांचा उल्लेख करणे अशक्य आहे. मात्र, या विवेचनामुळे आपल्या गावाजवळच्या मंदिरात काय बघायचे, याची दृष्टी नक्कीच मिळू शकेल. पुरातत्त्वीय पुराव्यांच्या आधारे ज्ञात इतिहासाशी सांगड घालून कलेचा अभ्यास आवश्यक आहे. हेदेखील लक्षात येते.

पुढच्या प्रकरणात महाराष्ट्रातील प्रसिद्ध देवस्थानांपैकी काही मंदिरांच्या स्थापत्याचा परिचय आपण करून घेणार आहोत.

❖❖❖

२. महत्त्वाच्या देवस्थानांचे स्थापत्य

महाराष्ट्रात त्र्यंबकेश्वर, भीमाशंकर, घृष्णेश्वर, वैजनाथ, फलटणचे जबरेश्वर अशा काही मंदिरांचे वेगळेपण नमूद करण्यासारखे आहे. महाराष्ट्रभर कलेची चळवळ चहू दिशांना अखंड पसरताना दिसते. स्थापत्य आणि शिल्पकलेमध्ये समान समजुती, आवडी-निवडी प्रचलित असलेल्या दिसतात. शेजारच्या राज्यांमधील काही वैशिष्ट्यांचा अंतर्भाव करून आपल्या आवडीप्रमाणे वेगळेपणा जपणारी मंदिरे आपल्या कलाकारांनी घडवली. आज बोलताना आपण खानदेश, मराठवाडा, विदर्भ, कोकण, पश्चिम महाराष्ट्र वगैरे वेगळे भाग पाडत असलो तरी या सर्व भूभागावरील स्थापत्य-कलेत शिल्पकलेत समान विचारप्रवाह, आवडी आणि गरजा यांचे प्रतिबिंब जाणवत राहते.

नागनाथ मंदिर – औंढा

काही प्रसिद्ध देवस्थानांचा परिचय करून घेताना सुरुवात औंढा येथील नागनाथ मंदिरापासून करूया. परभणी जिल्ह्याच्या हिंगोली तालुक्यातील औंढा गावातले शिव-मंदिर नागनाथ मंदिर म्हणून प्रसिद्ध आहे. एक परिपूर्ण, आखीव-रेखीव स्थापत्याचा हा उत्तम नमुना. तटाच्या भिंतीतून आत गेल्यावर मोकळे अंगण लागते. आग्नेय कोपऱ्यात पायऱ्यांची बारव, मंदिरासमोरच नंदी मंडप. मात्र, याचे बांधकाम नंतरच्या काळातले आहे. मराठवाड्यातले हे सर्वात मोठे मंदिर!

या पश्चिमाभिमुख मंदिराच्या प्राकारातच सध्या यात्रेकरूंसाठी ओवऱ्या, पाण्याची टाकी वगैरे सोई केल्या आहेत. बारा ज्योतिर्लिंगांपैकी एक असणाऱ्या नागनाथ मंदिराला शिल्प, स्थापत्यशास्त्रात सांगितल्याप्रमाणे परिपूर्ण अधिष्ठान आहे. शास्त्रात सांगितल्याप्रमाणे कीर्तिमुख, गज, अश्व, नर अशा सर्व स्तरांचा यात समावेश आहे. उंच अधिष्ठानावर मुख मंडप, दोन बाजूंना अर्धमंडप, मंडप अंतराळ आणि गाभारा हे

इतर महाराष्ट्रीय मंदिरांमध्ये दिसणारे भाग इथेही आहेतच. मात्र, इथल्या मंडपातील रंगशिला अष्टकोनी आहे. तिच्या कोनावर आकर्षकपणे स्तंभ उभारलेले आहेत. मंडपात भिंतीलगत आतून कक्षासने सर्व बाजूंनी आहेत. मधल्या भागातील छत गोलाकार घुमटासारखे आहे, तर मंडपाच्या इतर भागावरचे छत सपाट आहे. मुखमंडप आकर्षक आहेत. त्याच्या बाह्य भिंतीवर खाली मोठमोठे हत्ती कोरलेले आहेत. मुखमंडपाला दोन नक्षीदार स्तंभ आणि तसेच दोन अर्धस्तंभ आहेत. छोट्या देवळ्यांमध्ये छोटी-छोटी शिल्पे आहेत. दोन्ही बाजूंचे अर्धमंडपही मुखमंडपाएवढेच आहेत. मंडप, अर्धमंडपातील स्तंभ अष्टकोनी आहेत. स्तंभावरही शिखरीका आणि छोटे कोनाडे असून त्यात देव-देवतांच्या प्रतिमा कोरलेल्या आहेत. वरच्या भागावर पाकळ्या खाली आलेल्या कमळाचे नक्षीकाम आणि कीचक हस्त आहेत. इथे कीचक छत पेलताना किंवा नमस्कार मुद्रेत नसून विविध वाद्ये वाजवताना दिसतात.

गाभाऱ्याचे प्रवेशद्वार बारकाईने विविध प्रकारची नक्षी कोरून सजवलेले आहे. इथे सहा शाखांचे द्वार आहे. त्यावर पत्र, विद्याधर या शाखांच्या तळाशी द्वारपाल आहेत. पुढच्या स्तंभशाखेच्या तळाशी शैवद्वारपाल आहेत. पुढच्या शाखेत भक्त दाखवले असून तळाशी चामरधारिणी आहेत. पाचव्या व्याल शाखेच्या तळाशी गंगा-यमुना दाखवल्या आहेत. सहाव्या शाखेवरही स्तंभ कोरलेले असून ती केवळ दारापर्यंत न कोरता छतापर्यंत पोहोचलेली दिसते. शेवटच्या शाखेत व्याल आणि प्रतिहारी दाखवले आहेत. या प्रतिमांखाली गणेश, पार्वती इत्यादी देव-देवतांच्या मूर्ती आहेत. हंस प्रतिमांनंतर येणाऱ्या उत्तरागावर नऊ देवळ्यांमध्ये लहान लहान प्रतिमा आहेत. बारीक आणि अप्रतिम कोरीवकाम बघून आपण इथे थक्क होतो.

गाभारा दोन मजली आहे. मुळात गाभारा खोलच आहे. तळमजल्यावर जमिनीतून आलेले स्वयंभू शिवलिंग 'पाताललिंग' प्रकारचे आहे. मात्र, मूर्तिभंजक, इतर धर्मांच्या प्रार्थनास्थानांची विटंबना करणाऱ्या आक्रमकांपासून सुरक्षित राहावे म्हणून स्वयंभू शिवलिंगाच्या वर मंडपाच्या पातळीला सपाट छत घालून गाभाऱ्याचे दोन भाग केले गेले. तळमजल्यावरच्या स्वयंभू नागनाथाचे दर्शन आपल्याला खरोखरच 'वाकून' जमिनीला नाक घासूनच घ्यावे लागते! इतका छोटा बुटका तळमजला आहे.

इतके अप्रतिम कोरीवकाम महाराष्ट्रातल्या इतर मंदिरांत क्वचितच दिसावे. गाभाऱ्याचे प्रवेशद्वार असो किंवा मंदिराची बाह्यभिंत सोनाराने दागिने घडवावेत तशा बारीक, नाजूक कामाने इथला प्रत्येक दगड नटला आहे. जंघा भागावर इतर विविध देव-देवतांच्या प्रतिमांची जणू आकाशगंगाच अवतरली आहे. शैव पंथातील महत्त्वाच्या देव-देवतांनी इथे हजेरी लावली आहे. विशेष म्हणजे बांधीव मंदिरांवर सहसा न आढळणाऱ्या मूर्ती, प्रसंगशिल्पे इथे दिसतात. यामुळे शिल्पशास्त्राच्या अभ्यासकांना

या मंदिराचे विशेष आकर्षण वाटते. या शिल्पांमध्ये रावणानुग्रह, लिंगोद्भव शिव, स्वत:ची डोकी शिवाला अर्पण करणारा रावण यांची शिल्पे महाराष्ट्रात तरी कोणत्याही बांधीव मंदिरांवर दिसत नाही. पद्मासनात बसलेले नमस्कार मुद्रेतले तपस्वी भक्तगण यांच्या मूर्तींचा एक संपूर्ण पट्टाच मण्डोवरावर आहे. यांच्या खाली सप्तमातृका वगैरे देवतांच्या मूर्ती दिसतात. एकूणच शेकडो मूर्ती इथे मण्डोवरावर कोरलेल्या आहेत. बघतानाच आपण थकतो, तर कलाकारांनी किती परिश्रम घेतले असतील या सर्व कारागिरांसाठी! शिवाच्या जवळजवळ सर्व अनुग्रहमूर्ती, संहारमूर्ती, दक्षिणामूर्ती, स्थानकमूर्ती, आसनमूर्ती, पार्वतीसह शिव यांच्याप्रमाणे विष्णू, विष्णू-लक्ष्मी, ब्रह्मा, अष्टदिक्पाल यांच्या मूर्तीही इथे बघता येतात.

राष्ट्रकूटांच्या आणि बाराव्या शतकातील पुराभिलेखांमध्ये अमर्दकपूर असा औंढा या गावाचा उल्लेख येतो. नांदेड जिल्ह्यात अर्धापूर येथे मूळ स्थान असणाऱ्या रट्ट घराण्याचे हे राजधानीचे शहर होते. प्रत्यक्ष मंदिरात ११व्या-१२व्या शतकातील शिलालेख बघता येतात. देवगिरीचा रामचंद्र यादव राजा यानेही घराण्याच्या रीतीप्रमाणे हे मंदिर उभारले गेले असावे. मात्र, अंबरनाथ मंदिराच्या नंतरच्या काळातच! अंबरनाथ मंदिरापेक्षा जास्त भव्य, बारीक कोरीवकाम, असंख्य मूर्ती, विविध स्तरांनी नटलेले अधिष्ठान ही या मंदिराची वैशिष्ट्ये आहेत.

घृष्णेश्वर मंदिर – वेरूळ

महाराष्ट्रातील दुसरे महत्त्वाचे ज्योतिर्लिंग म्हणजे घृष्णेश्वर जगप्रसिद्ध वेरूळ लेण्याच्या जवळ वेरूळ गावातच हे मंदिर आहे. वेरूळ हे छत्रपती शिवाजीमहाराजांच्या पूर्वजांना मिळालेले वतन. भोसले घराणे हे घृष्णेश्वराचे परमभक्त. शिवपुराणात वर्णन केलेल्या बारा ज्योतिर्लिंगामधले शेवटचे – बारावे स्थान म्हणजे घृष्णेश्वर.

या ठिकाणला घृष्णेश्वर नाव कसे पडले, याची आख्यायिका काशी खंडात आली आहे. काम्यक वनात पार्वती नेहमीच शंकराची आराधना करण्यासाठी शिवालय तीर्थावर येत असे. ती डाव्या हातात केशर-कुंकू घेऊन उजव्या करंगळीने ते मळून-खलून शिवस्तुती म्हणत असे. तिचे समर्पण, भगवंताप्रती अपार भक्ती आणि प्रखर तप:साधना यामुळे एक दिवस तिच्या हातातच खललेल्या केशरातून दिव्य ज्योत प्रकट झाली. त्या ज्योतिचा आकार शिवपिंडीसारखाच होता. ज्योतिच्या रूपातले म्हणून हे ज्योतिर्लिंग पार्वतीच्या तळव्याच्या आणि करंगळीच्या घासण्यातून-घर्षणातून निर्माण झाला. म्हणून हा घृष्णेश्वर शिवाय केशराचे दुसरे नाव घुसृण. त्यातून प्रकट झाला तो घृष्णेश्वर.

पूर्वी या गावाचे नाव एलापूर असे होते. सह्याद्रीच्या या भागात पसरलेल्या शाखेला महिषाद्री असे म्हणतात. याच महिषाद्रीत जगप्रसिद्ध वेरूळची लेणी कोरली आहेत. या लेण्यांमधील २९ व्या लेण्याजवळ मोठा धबधबा आहे. त्याला एल नावाच्या राजाने महिषाद्रीतून मार्ग काढून दिला. या धबधब्यामुळे एक छोटी नदी तयार झाली. एल राजामुळेच तिलाही 'एल' असे नाव पडले. एल नदीकाठचे गाव म्हणून नाव झाले. 'एलापूर' आणि आताच्या काळात 'एलोरा'!

गुजरातेत बडोद्याजवळ राष्ट्रकूट राजा कर्ण याचा ताम्रपट सापडला आहे. त्यातही वेरूळचा उल्लेख एलापूर असाच येतो. सध्याचे या गावाचे स्वरूप साधेसेच आहे. अगदी छोटे. मात्र, मध्ययुगात हे वैभवशाली नगर असावे. 'देवगिरी वेस' म्हणून ओळखली जाणारी तटबंदी सध्या अवशेषरूपात आहे. तिथवरच्या भागात शिवाजीमहाराजांच्या पूर्वजांच्या घरांचे अवशेष दिसतात. इतरही लहान-मोठ्या घरांचे अवशेष गतवैभवाची साक्ष देतात. घृष्णेश्वर मंदिराजवळ पश्चिमेला शिवाजी-महाराजांच्या पूर्वजांच्या समाध्या आहेत.

घृष्णेश्वर मंदिराभोवती तटबंदी आहे. या तटाच्या आतली जमीन काळ्या दगडांनी बांधली आहे. अलीकडच्या काळातील भक्तांनी बांधलेली दोन छोटी उपमंदिरे प्रांगणात आहेत. काळ्या दगडी जमिनीवर उभे घृष्णेश्वराचे मंदिर लाल पाषाणातून घडवलेले आहे. ही रंगसंगती आकर्षक आहे. मंदिरावर बाहेरच्या बाजूने राम, सीता, लक्ष्मण, भरत, शत्रुघ्न, कार्तिकेय, पांडव, द्रौपदी, विष्णूचे दहा अवतार, शेषशयन विष्णू, नारदमुनी, बुद्ध यांच्या मूर्ती आहेत. पूर्व भिंतीत गोमुख आहे. दक्षिणेला प्राकाराच्या भिंतीत नगारखाना आहे.

मंदिराचे शिखर चुन्यात बांधलेले विटांचे आहे. वरून चुन्याचा वापर करून मनोहारी कलाकुसर केली आहे. शिखराची रचना भूमीज मंदिरांच्या शिखरासारखी आहे. मराठा काळात घडवले असल्यामुळे इ.स. १८व्या शतकातील स्थापत्य आणि कलेचा हा उत्तम नमुना ठरतो. पूर्वीचे घृष्णेश्वर मंदिर आणि कैलास लेणे राष्ट्रकूट राजांनी घडवले. कृष्णराज राष्ट्रकूट या राजाचे नाव ताम्रपटांमध्ये यासाठी घेतले गेले आहे. मात्र, त्यांनी उभारलेले मंदिर भग्न झाल्यामुळे नंतरच्या काळात वेळोवेळी दुरुस्त्या झाल्या असणार. सध्याचे मंदिर अहल्यादेवी होळकर यांच्या सासूबाई गौतमीबाई यांनी घडवून घेतले. काळाचे अनुमान करण्यास मंदिरावरील मूर्ती कशी मदत करतात बघा.

लाल वालुकाश्मातच बांधलेल्या पायऱ्यांवरून आपण सभामंडपाकडे येतो. मंडपात २४ स्तंभ आहेत. त्यांच्या मधल्या भाागवर - स्तंभ दण्डावर - देवदेवतांच्या मूर्ती आहेत. तसेच शिकारीचे प्रसंगही कोरलेले आहेत. मुख्य म्हणजे बंदूक घेतलेल्या

इंग्रज शिपायाला धनुष्यबाणाने मारण्यासाठी तयारीत असलेला मराठा मावळाही दाखवला आहे. देवस्थान कितीही जुने असले तरी सध्या उभ्या असणाऱ्या मंदिराचा काळ अशा शिल्पांमुळे आपसूकच स्पष्ट होतो. नंदीच्या बाजूला असणाऱ्या भिंतींमध्ये तीन शरीरे आणि एकच तोंड असणारा मासा, हत्ती आणि बैल यांना एकच तोंड दाखवणे अशा कौशल्यपूर्ण कलाकृती दिसतात. सभामंडपातच मधोमध देवाकडे तोंड केलेला नंदी आहे. तसेच पूर्वी मुखमंडपात असणारी कक्षास्थाने इथे मंडपातच दिसतात. म्हणजेच ११-१२ व्या शतकातील मंदिरांप्रमाणेच इथे मुखमंडप, अर्धमंडप, मण्डारक, रंगशिला वगैरे घटक आपल्याला दिसत नाहीत.

मात्र, मंडपाकडून गाभाऱ्याकडे जाताना अंतराळ लागतो. गाभारा चार पायऱ्या खाली आहे. मागच्या भिंतीतल्या देवळीत पार्वतीची मूर्ती आहे. कुंकू रगडून निर्माण झालेली ज्योत धारण करते. असे हे शिवस्थान कुंकुमेश्वर म्हणूनचही ओळखले जाते.

त्र्यंबकेश्वर मंदिर – त्र्यंबक

असेच आणखी एक महत्त्वाचे शिवस्थान म्हणजे त्र्यंबकेश्वर. नाशिक जिल्ह्यातले हे महत्त्वाचे ज्योतिर्लिंग. हेदेखील प्राचीन काळापासून लोकप्रिय तीर्थक्षेत्र आहे. मात्र सध्या असे असणारे मंदिर बाजीराव पेशवेंनी उभारले. त्यांच्या कारकिर्दीत बांधकाम पूर्ण होऊ शकले नाही. त्यांचे पुत्र नानासाहेब पेशवे यांच्या काळात त्र्यंबकेश्वर मंदिराचे बांधकाम पूर्ण झाले. इ.स. १७८५ मध्ये पूर्ण झालेल्या या मंदिराला त्या काळात ११ लाख रुपये खर्च झाल्याची नोंद आहे. काळा बेसाल्ट आणि पांढरा संगमरवर यांचा वापर करून सुबक बांधणी केली आहे. पाच मीटर उंचीच्या तटात मंदिर उभे आहे. दगडांनी बांधलेल्या प्राकारात अमृतकुण्ड नावाचे टाके आहेत. स्वतंत्र नंदी मंडप अतिशय सुंदर, आकर्षक आहे.

मंडपातील स्तंभांवर आणि प्रवेश द्वारापाशीही द्वारपाल कोरलेले आहेत. तसेच शिव, विष्णू, गणेश, गंगा आणि इतर देवदेवतांच्या मूर्तीही कोरलेल्या आहेत. २१२ चौरस मीटर्सच्या भव्य सभामंडपात मधोमध संगमरवरातून घडवलेले चार चौरस मीटर्सचे कासव जमिनीत बसवलेले अहे. सभामंडपाला तीन बाजूंनी प्रवेशद्वारे आहेत. कलश, पत्र, लता यांनी मंडपाच्या भिंतीवर नक्षीकाम केले आहे. मंडपातच एका बाजूला लाकडी शेजघर केलेले आहे.

गाभारा व्यवस्थित मोठा; पण खोल आहे. इथले मूळचे स्वयंभू पाताललिंग आज नाही. वर आलेल्या भागाऐवजी इथे खड्डा आहे. त्यात तीन छोटे गोलाकार दगड आहेत. हे ब्रह्मा, विष्णू, महेश असल्याचे मानतात. या तीन छोट्या गोलाकार दगडांमधून

अखंड पाणी येत असते. त्र्यंबकेश्वरलाच असणाऱ्या ब्रह्मगिरी पर्वतावर गंगाद्वार येथून गोदावरी उगम पावते. पर्वतावर दिसणारी गोदावरी भूमीच्या पोटात लुप्त होते आणि खाली गावातल्या कुशावर्त कुण्डात अवतरते. तशीच मंदिरातल्या शिवलिंगातून वाहते. देवाला चांदीचा मुखवटा आणि मुकूट रोज घातला जातो. जातो. विशेष प्रसंगी रत्नजडित सोन्याचा मुखवटा व मुकुट घालतात. सरदार विंचूरकरांनी इ.स. १८६६ मध्ये मंदिरासाठी लाकडी रथ दान केला. या रथातून 'श्रीं'ची मिरवणूक आजही काढली जाते. मराठा काळातील उत्कृष्ट काष्ठशिल्पाचा नमुना म्हणून त्र्यंबकेश्वराचा लाकडी रथ अवश्य बघावा.

माळवा, गुजरात, राजस्थान येथील कलाकारांच्या साहाय्याने घडवलेल्या या मंदिराच्या गाभाऱ्याचे जमिनीपासूनच कोरीव रथ सुरू होतात. इथे अधिष्ठानाचा भाग वेगळा जाणवत नाही. अगदी जमिनीपासून उभे पट्टे सुरू होतात. एकेक खांब असावा तसे वरपर्यंत पोहोचलेले हे पट्टे-रथ शिखरात परावर्तित होतात. लहान लहान शिखरांच्या उभ्या-आडव्या माळांनी भूमीज मंदिर स्थापत्याचा वारसा जपून अप्रतिम सौंदर्याची अनुभूती दिली आहे. मंडपाचे तितक्याच तोलामोलाचे कोरीव शिखर संवरण प्रकारचे आहे. म्हणजेच पिरॅमिडसारखे; पण मुख्य शिखरापेक्षा कमी उंचीचे, पसरट भासणारे आहे. तीन प्रवेशद्वारांपुढे अप्रतिम कोरीव मुखमंडप आहेत. पेशवेकाळातले असूनही इते विटा-चुन्याचे बांधकाम नाही. पूर्णत: बसाल्टचा वापर केलेला आहे. आतल्या भागात स्वच्छता, गारवा आणि उजेडाचा आभास वाढवण्यासाठी संगमरवराचा पांढरा रंग वापरण्यातून स्थपतींचे नियोजन कौशल्य, कल्पकता दिसून येते. भूमिज स्थापत्य परंपरेचा वारसा जपून मराठा काळातील कारागिरांनी आपले श्रेष्ठत्वच सिद्ध केले आहे. यात शंका नाही.

गोदावरीचे डोंगरावरील उगमस्थान गंगाद्वार, ब्रह्मगिरी, नीलपर्वत, गोरक्षनाथांची गुंफा, कुशावर्त आणि निवृत्तीनाथांचे समाधिस्थान असलेले त्र्यंबकेश्वर हे थंड हवेचे ठिकाण आहे.

भीमाशंकर मंदिर

असेच निसर्गाच्या कुशीत पर्यावरणाचे संतुलन साधणाऱ्या देवरायांनी वेढलेले भीमाशंकर ज्योतिर्लिंग भीमा नदीचे उगमस्थान आहे. भीमाशंकर मंदिराजवळच्या मोक्ष-कुण्डात भीमेचा मूळ प्रवाह अवतरला आहे. पश्चिम किनारपट्टी आणि कोकण भागापासून सह्याद्रीच्यावरच्या पठारी प्रदेशाकडे जाणाऱ्या महत्त्वाच्या प्राचीन मार्गावर भीमाशंकर आहे. बैल घाट आणि गणपती घाट हे कोकणात उतरवणारे दोन रस्ते फार पूर्वीपासून वापरात आहेत.

कोळी, महादेव कोळी, वारली, धनगर अशा आदीम जमातींचे हे आराध्य दैवत. भीमाशंकर मंदिराचे बांधकाम अनेकवेळा केले गेले. छत्रपती शिवाजीमहाराजांनी मंदिराच्या व्यवस्थेसाठी खरोस्ती गाव दान दिले होते. चिमणाजी अंताजी भिडे नाईक यांनी इ.स. १७३३ मध्ये मंदिराची दुरुस्ती केली. दीक्षित पटवर्धन यांनी इ.स. १७६६ मध्ये आवश्यक दुरुस्त्या केल्या. रघुनाथराव पेशवे यांनी विहीर खोदणे, बांधून पक्की करणे हे काम केले. त्यानंतर नाना फडणवीस यांनी पन्नास हजार रुपये खर्चून कळसाची उभारणी करायला सुरुवात केली. त्यांचे निधन झाल्यावर त्यांच्या पत्नीने हे कार्य पूर्ण करवून घेतले.

भीमाशंकर मंदिरावर मराठा कालखंडातील स्थापत्यशैलीचा प्रभाव स्पष्टच दिसतो. मराठा शैलीमध्ये महिरपींसारख्या कमानी, इस्लामी चार मिनारांवरून सुचलेले मुख्य कळसाच्या चार कोपऱ्यामंध्ये दिसणारे अगदी छोटे कळस ही महत्त्वाची वैशिष्ट्ये दिसतात. विटा, चुना यांचा वापर करून शिखरावर कमानदार देवळ्या आणि त्यावर गोल घुमटासारखे शिखर, मुख्य म्हणजे प्रतिमांचा अभाव अशा गोष्टी चटकन नजरेत भरतात. भीमाशंकर मंदिरही याला अपवाद नाही. गाभारा, अंतराळ, सभामंडप इथे स्पष्ट होतात. इथल्या मंदिरासमोरच्या दीपमाळाही अप्रतिम आहेत.

वैजनाथ मंदिर – परळी

मराठा काळातील दुसरा अप्रतिम स्थापत्याचा नमुना म्हणजे परळीचे वैजनाथ मंदिर. बीड जिल्ह्यातील आंबेजोगाई तालुक्यात परळी आहे. वैजनाथाचे मंदिर प्रथम कशा स्वरूपात होते, त्याचे वर्णन सापडत नाही. मात्र, देवगिरीच्या यादवांचा प्रधान म्हणजेच श्रीकरणाधिप हेमाद्री याने मोठे मंदिर बांधले असे सांगितले जाते. त्याच्या काळातील नंदी सध्या उरलेला आहे. पुढच्या काळात या मंदिराची मोडतोड झाली. पुण्यश्लोक अहल्याबाई होळकर यांनी मंदिराचा इ.स. १७८३ मध्ये जीर्णोद्धार केला. तसा उल्लेख येथील संस्कृत शिलालेखात केला आहे.

पूर्वाभिमुख मंदिराला तीन दिशांना प्रवेशद्वारे आहेत. सभामंडप इ.स. १९०४ मध्ये रामराव देशपांडे यांच्या दानातून उभारला गेला आहे. मंदिरात दोन गाभारे आहेत. मुख्य ज्योतिर्लिंगाभोवती १२ ज्योतिर्लिंगाचे प्रतीक अशा बारा शिवपिंडी स्थापन केल्या आहेत.

शंभूमहादेव मंदिर – शिंगणापूर

छत्रपती शिवाजीमहाराजांच्या भोसले घराण्याचे दैवत म्हणजे शिंगणापूरचा शंभू महादेव. सातारा जिल्ह्यात माण तालुक्यातल्या शिंगणापूरची ख्याती 'शिखर

शिंगणापूर' या नावानेच अधिक आहे. उंच टेकडीवर मंदिर संकुल असल्यामुळे गावाच्या नावालाच 'शिखर' जोडले गेले असावे. यादव घराण्याचा राजा सिंघण याने इ.स. १२३०च्या आसपास येथील मंदिरांची उभारणी केली. त्याच्या नावावरून सिंघणपूर असे गावाला नामाभिधान लाभले असावे. त्याचेच आजचे रूप शिंगणापूर असे झाले असावे. शिखर शिंगणापूर येथील मंदिरांचे सांस्कृतिक, ऐतिहासिक, धार्मिक महत्त्व लक्षात घेण्यासारखे आहे.

येथील दोन मंदिरे अधिक मोठी, भव्य असून त्यावर विटांनी बांधलेली भूमिज शिखरे आहेत. शंभू महादेवाचे मूळ यादवकाळात बांदलेले मंदिर मालोजीराजे भोसले यांनी दुरुस्त केले. या पुनर्उभारणीमुळे यादव आणि मराठा स्थापत्याची काही वैशिष्ट्ये इथे एकत्रित बघता येतात. या मंदिरावर पुराणातील कथांवर आधारित शिल्प असून रामायण आणि हरिवंशातील कथांवर आधारित शिल्पेही आहेत. पायऱ्यांवर शिवाजीमहाराज आणि शहाजीमहाराजांची नावेही कोरलेली आहेत. पेशव्यांनी वसईचा किल्ला जिंकल्यावर तिथून आणलेल्या घंटा या मंदिरात लावल्या. त्यावर १६३०, १७१६, १७२९ या सणांचा इंग्रजीत उल्लेख आहे. इथे कऱ्हा नदीतून कावडीने पाणी आणून अभिषेक करण्याची जुनी परंपरा आहे.

मुख्य मंदिराच्या दक्षिणेला उजव्या बाजूस थोडे खालच्या बाजूला प्राचीन अमृतेश्वर मंदिर आहे. जवळच पराक्रमी भोसले छत्रपतीमहाराज, शहाजी, शिवाजी आणि संभाजी यांच्या समाध्या आहेत. अमृतेश्वर मंदिराला मंडप, अंतराळ, गाभारा असे भाग असून उंच अधिष्ठानावर मंदिर बांधलेले आहे. उंच असले तरी अधिष्ठानावर कोणतेही नक्षीकाम नाही. गाभाऱ्यावर विटांचे भूमिज शिखर आहे. चुन्याच्या गिलाव्यावर नक्षीकाम केले आहे. या नक्षीकामावर दक्षिण भारतीय कलेचा प्रभाव स्पष्ट दिसतो. तरीही बरेचसे शिखर नंतरच्या काळात पुन्हा उभारले गेल्याने मूळ शिल्पकामाची कल्पनाच येत नाही. अधिष्ठान साधे असले तरी गाभाऱ्याच्या बाह्य भिंतीवर तीन देवळ्या आहेत. मंडातील मुखमंडप आणि अर्धमंडपांमधील स्तंभ साधेच आहेत. त्यांच्या नक्षीकामाचा क्रमही एकसारखाच आहे. मंडप आणि गाभाऱ्याच्या दारांवर पाच शाखा आहे. उत्तरांगावर तीन रथिका आहेत. मात्र, त्यात मूर्तींऐजी चौकट कोरलेली आहेत. एकूणच नक्षीकामावरून हे मंदिर १४ व्या शतकाच्या सुरुवातीला घडवले असावे असे दिसते.

जबरेश्वर मंदिर – फलटण

फलटण या सातारा जिल्ह्यातील तालुक्याच्या गावात पवार गल्लीत जबरेश्वर मंदिर आहे. आतापर्यंतच्या वर्णनांमध्ये आपण अशी काही मंदिरे पाहिली जी मूळात

शिवाची असून नंतर विष्णूची स्थापना तिथे केली गेली किंवा काही ठिकाणी मूळ विष्णू मंदिरात नंतर शिवलिंग स्थापन केल्याचे आपण पाहिले. फलटणमधले जबरेश्वर मंदिर याच प्रकारचे आहे. मुळात हे जैन मंदिर असावे. मात्र, नंतर वापरात नसल्यामुळे किंवा आश्रयदाते नसल्यामुळे हे शिव मंदिरात रूपांतरित केले गेले.

साधारण मीटरभर उंचीच्या जोत्यावर जोत्यापेक्षा लहान आकाराचे मंदिर उभे आहेत. त्यामुळे अधिष्ठानावरून प्रदक्षिणा घालता येते. पायऱ्या चढून उत्तराभिमुख मंदिराच्या मुखमंडपामध्ये आपण येतो. मुखमंडप जास्त रुंद आहे. प्रवेशमार्गाच्या दोन्ही बाजूंना प्रत्येकी दोन असे एकूण चार खांब उभे आहेत आणि त्यावरच मुखमंडपाचे छत पेललेले आहे. पुढे मंडपाचे प्रवेशद्वार आहे. त्याच्या दोन्ही बाजूंना देवकोष्ठ केलेले आहेत; पण त्यातील मूळच्या मूर्ती सध्या दिसत नाहीत. पंचशाख पद्धतीचे प्रवेशद्वार असून प्रत्येक शाखेच्या तळाशी उंबऱ्याच्या वर एकेक प्रतिहारी मूर्ती दिसते. अनुक्रमे वेली, गंधर्व, स्तंभ, पद्मलता, व्याल अशा शाखांच्या तळाशी घट धरलेले कमळ पाश-अंकुश धरलेले प्रतिहारी दिसतात. ललाटबिंब आणि त्यावरच्या पाच देवळ्यांमध्ये जैन तीर्थकरांच्या मूर्ती अहेत.

पुढचा मंडप अष्टकोनी आकाराचा आणि गोलाकार छताचा आहे. अशा आतून गोल वाटीप्रमाणे दिसणाऱ्या छताला 'करोटक' वितान म्हणतात. एकावर एक लहान होत जाणारी वर्तुळे यामध्ये दिसतात. मात्र, जबरेश्वर मंदिराच्या मंडपावर तीनच वलये शिल्लक आहेत. त्यावर कसलेही नक्षीकाम नसून साधे-सपाट दगड रचलेले दिसतात.

पुढच्या अंतराळातल्या दोन्ही बाजूंच्या भिंतींमध्ये देवळ्या आहेत. गाभाऱ्याचे प्रवेशद्वारही पंचशाख पद्धतीचेच आहे. मंडपात येताना पाहिलेल्या द्वारशाखांप्रमाणेच इथल्या शाखा आहेत. अंतराळ आणि गाभाऱ्याचे छतही करोटक पद्धतीने बांधलेले आहे.

मंदिरावर बाहेरच्या बाजूने काही मूर्ती आहेत, ज्या भग्नावस्थेत असल्याने स्पष्टपणे ओळखता येत नाही. मंडपाच्या प्रवेशद्वारावर गाभाऱ्याच्या द्वारशाखेवर-उत्तरांगावर जैन तीर्थंकरांच्या प्रतिमा आहेत. बाह्य भिंतीवर अंबिका, सिंहवाहिनी अंबिका आणि सर्वांनुभूती यक्ष दिसते. अष्टदिक्पाल आणि कथन शिल्पांच्या रांगांनी बाह्य भिंती सजल्या आहेत. मात्र, या सर्व प्रतिमा जैन धर्माशी संबंधित आहेत.

मंदिरावरील मूर्ती, ताऱ्याप्रमाणे प्लॅन, शिल्पशैली यावरून हे सप्तरथ सप्तभूमी मंदिर इ.स. १३व्या शतकातले असल्याचा अंदाज करता येतो.

महालक्ष्मी मंदिर – कोल्हापूर

अनेक घराण्यांची कुलदेवता आणि महाराष्ट्राची अत्यंत लोकप्रिय देवी म्हणजे कोल्हापूरची अंबाबाई!

तिरुपतीच्या बालाजीकडून दिवाळी पाडव्याला भरजरी शालूचा मान मिळवणारी महालक्ष्मी. कोल्हापूरचे हे मंदिर मुळात राष्ट्रकूट काळात बांधले गेले. शिलाहारांनी त्याचे नूतनीकरण करून भव्य मंदिर घडवले. शिलाहारांनी बांधलेल्या किंवा खरं तर संपूर्ण महाराष्ट्रातल्याच अतिभव्य मंदिरांपैकी एक आहे.

वेगवेगळ्या काळात पुनर्बांधणी झाल्यामुळे मंदिराचे स्वरूप जरा वेगळे, अभ्यासकांना आव्हानात्मक वाटते. या मंदिराचे अधिष्ठान प्रमाणापेक्षा जरा जास्तच मोठे आहे. यावर सात आडवे थर आहेत. या थरांमध्ये वेगवेगळी प्रतीके कोरलेली दिसतत. हे आडवे पट्टे आणि वर जंघा भाग आणि त्यावरचे कुंभ, कलश, कपोत वगैरे थर येतात. त्यावर देवकोष्ठ येतात. खूप उंच वाटत असल्या तरी नागर मंदिरांप्रमाणे किंवा विदर्भातल्या मार्कंडी मंदिराप्रमाणे द्विजंघा, त्रिजंघा मण्डोवर येथे दिसत नाही हे विशेष. भिंती आणि एकूणच मंदिराची उंची जास्त आहे. आतून वरचा मजला काढल्याच्या खुणा मंडपात आणि आतही दिसतात.

मुखमंडपात येण्यासाठी तीन दिशांनी दारे काढली आहेत. त्यातल्या मधल्या दारासमोर मराठ्यांच्या काळात गरूडमंडप उभारला गेल्याने हे प्रवेशद्वार झाकले गेले आहे. मुखमंडप चौरसाकार आहे. मुख्य गाभाऱ्यासमोरच्या अंतराळाइतकीच मुखमंडपाची रुंदी ठेवली आहे, तसेच दोन्हींचा तलविन्यासही सारखाच आहे.

मंडप खूप मोठा, प्रशस्त आहे. तीन बाजूंना अर्ध्या भिंती आणि त्यावर खांब अशी रचना असल्यामुळे हा मंडप हवा आणि प्रकाशाने अधिकच प्रसन्न बनला आहे. डॉ. जामखेडकरांच्या मते हे अर्धस्तंभ एकूण चौसष्ट असावेत. मूळ मंदिर उभारल्यानंतर महाकालीच्या गाभाऱ्याची रचना केली गेली. तसेच संपूर्ण मंदिराच्या जीर्णोद्धार दुरुस्तीमुळे काही अर्धस्तंभ बांधकामात मिसळले गेले. अंबाबाई मंदिराच्या मंडपात एकूण अठ्ठावीस स्तंभ आहेत. मात्र हे सर्व एकसारखे नाहीत. मधल्या सर्वात उंच आणि भव्य, मजबूत चार खांबांवर मंडपाचे घुमटाकार छत पेललेले दिसते. गाभाऱ्यामध्ये जाताना आपल्यापेक्षाही उंच, बलदंड द्वारपाल दिसतात.

इथला अंतराळही वेगळा आहे. गाभाऱ्याच्या समोरील भिंतीइतका आणि मुखमंडपाच्या रुंदीइतकाच अंतराळ इथे आहे. गाभाऱ्याजवळील दोन बाजूच्या कोपऱ्यांना अंतराळ आत, भिंतीत घुसल्यासारखा दिसतो. जणू दोन छोट्या खोल्याच इथे काढल्या आहेत. आधुनिक काळात देवीचे शेजघर आणि मौल्यवान वस्तू ठेवण्याची खोली म्हणून या दोन्ही जागांचा वापर केला जातो. पूर्वी कदाचित इथे दुय्यम देवतांची प्रतिष्ठापना केली असावी; कारण या जागेवर नेहमी शक्यतो दोन देवकोष्ठ करून मुख्य देवतेच्या परिवारातल उपदेवता किंवा मुख्य देवतेचे अन्य स्वरूप दर्शवणारी मूर्ती बसवली जात

असे. मात्र अशा अंतराळातल्या खोल्या शक्यतो कुठे दिसत नाहीत. म्हणून हा अपवाद मानायला हवा. महालक्ष्मी मंदिराचा अंतराळही खूपच मोठा आहे. त्याचे छतही मग तसेच मोठे घडवावे लागले आणि ते पेलण्यासाठी खांबही हवेतच! इथे अंतराळामध्ये बारा खांब उभारून छताला आधार दिला आहे. यात खांबांवर अंतराळावरचा मजला पेलला आहे. अंतराळाच्या सपाट छताच्या वर शुकनाशात आणखी एक मजला असल्याचे अवशेषांवरून दिसते. वास्तविक गाभारा, अंतराळ आणि मंडपावरही सलग, व्यवस्थित घडवलेला वरचा मजला असावा असे दिसते.

पुढे असणाऱ्या गाभाऱ्यात आतूनच प्रदक्षिणापथ आहे. अशा झाकलेल्या प्रदक्षिणापथाच्या मंदिराला 'सांधार' मंदिर म्हणतात. उलट मंदिराबाहेर खुल्या आकाशाखाली गाभाऱ्याभोवती प्रदक्षिणा घालण्यासाठी जागा ठेवली असल्यास त्याला 'निरंधार' मंदिर म्हणतात. इथे मुख्य गाभाऱ्याच्या बाहेरच्या भिंतीतून मार्ग काढून आतल्या तीन स्वतंत्र देवळांमध्ये जाण्याची सोय केली आहे. अशी तीन स्वतंत्र गर्भगृहे हे इथले प्रमुख वेगळेपण म्हणता येईल. मुख्य गाभारा महालक्ष्मीचा असून पश्चिमाभिमुख आहे. महासरस्वतीचा उत्तराभिमुख तर दक्षिणाभिमुख गाभारा महाकालीचा आहे. उत्तरेला प्रवेशमार्ग उघडणारे महासरस्वतीचे गर्भगृह मूळ स्थापत्य रचनेचा भाग नसावे. मूळात द्विदल मंदिराचे पुढे त्रिदल मंदिरात रूपांतर केले गेले.

मूळ मंदिरांचे शिखर आज अस्तित्वात नाही. साधारणत: आठव्या शतकात हे मंदिर उभारले गेले असावे. त्यानंतर किमान दोन वेळा त्याचा जीर्णोद्धार आणि बांधकामात वाढ करण्याचे प्रयोग केले गेले. मूर्तिभंजक कट्टर पथियांच्या हल्ल्यात या मंदिराचे अतोनात नुकसान झाले. देवीची मूर्ती सुरक्षित राहावी म्हणून लपवून ठेवली गेली होती. इ.स. १७१५ ते १७२२च्या दरम्यान छत्रपती संभाजीमहाराजांनी अंबाबाईची मूर्ती गाभाऱ्यात पुन्हा प्रतिष्ठापित केली. याच काळात शिखराची दुरुस्ती केली गेली.

कोल्हापुरची जी कथा, तीच तुळजापुरची. अफझलखानाने एक हजार मंदिरांचा विध्वंस करण्याची प्रतिज्ञा केली होती. अर्थातच त्याच्या विध्वंसक झंझावातात कोल्हापूर, तुळजापूर प्रमाणेच महाराष्ट्रातल्या अनेक मंदिरांचे अपरिमित नुकसान झाले. कोल्हापुरच्या मंदिराला संभाजीमहाराजांनी संरक्षण दिले, तर तुळजापूरच्या भवानीची भग्न मूर्ती पाहून शिवराय अस्वस्थ झाले. त्यांनी नवी सुबक मूर्ती घडवून घेतली. तिची प्रतिष्ठापना करून आवश्यक निधी दिला. तसेच सोन्याचे दागिने घडवून देवीला अर्पण केले. आजही तुळजापूरच्या देवीच्या दागिन्यांवर, पूजा-साहित्यावर छत्रपती शिवाजीमहाराजांचे नाव आहे. तुळजापूरची भवानी महाराष्ट्राची कुलदेवता आहे.

गरुड मंडप, सभामंडप, अंतराळ आणि गाभारा असे मंदिराचे प्रमुख भाग आहेत. पेशव्यांच्या काळातली नक्षी शिखरावर दिसते. कारण अर्थातच पेशवेकाळात ही दुरुस्ती झाली असणार. मंडपात सोळा खांब आहेत. मात्र आज भक्तांच्या सतत असणाऱ्या रांगांना शिस्त लावण्यासाठी बरेच बांधकाम झाले आहे. यामुळे तसेच अवर्णनीय घाणीमुळे मंदिरच नव्हे, तर बाजूचा परिसरही विद्रुप झाला आहे.

❖❖❖

३. महाराष्ट्रातील मंदिरांची ठळक वैशिष्ट्ये

अनेक देवस्थानांमध्ये आपण जात असतो. मंदिराकडे आपले लक्ष क्वचितच जाते. आपण आतला देव, त्याची पूजा, अभिषेक, हार-फुले, देवी असल्यास साडी, खण-ओटीचे साहित्य याचाच विचार करत बसतो; परंतु आपण आता तरी चौफेर नजर फिरवायला हवी. स्थापत्य, नक्षीकाम, बाह्य भिंतीवरच्या लहान-मोठ्या मूर्ती, स्तंभ, छतं, प्रवेशद्वारे यांच्याकडे रसिकतेने आणि चिकित्सकपणे बघायला हवे. मंदिरे आपली, देव-देवता आपल्या आहेत. तसेच त्यांचे स्थापत्य, शिल्पकला हादेखील आपलाच खजिना आहे.

'हेमाडपंती' म्हणून प्रत्येक दगडी मंदिरावर एकाच मापात तोलू नये. महाराष्ट्रातीलच नव्हे तर संपूर्ण भारतातील प्राचीन दगडी मंदिरे बांधताना चुना, माती, सिमेंट सारख्या पदार्थांचा वापर केला गेला नाही. एकमेकावर दगड रचताना, एका शेजारी एक लावताना विशिष्ट पद्धतीने खाचा करून ते जोडले जात. काही महाराष्ट्रीय मंदिरांचा छतापर्यंतचा भाग दगडाचा पण शिखरे विटांची बांधल्याचे दिसते. यामागचे कारण काय असावे? दगड कमी पडला असे म्हणताच येणार नाही. कारण आपला महाराष्ट्र आहेच मुळात 'दगडांचा देश'! उंचावर दगड चढवता आले नसावेत, असेही म्हणता येणार नाही. कारण त्याचेही शास्त्र आपल्या स्थपितांना अवगत होते. दगडी शिखरांची मंदिरे इथे मोठ्या प्रमाणात घडवली गेली आहेत. विटांची शिखरे असणारी मंदिरे ही मूर्तिभंजक धर्मद्वेष्टे आक्रमक येण्याच्या व नंतरच्या काळातली अधिक दिसतात. त्यांच्या हल्ल्यात शिखर नष्ट झाल्यास पुन्हा उभारणे आर्थिकदृष्ट्या सुलभ, कारागिरांना सहज शक्य व्हावे हा उद्देशही त्यामागे असू शकतो.

मराठा राजवटीच्या काळात उभारलेल्या मंदिरांची शिखरे घडवताना उत्तरेतील आमलक आणि दक्षिणेतील स्तूपिका एकावर एक रचलेले दिसतात. मुख्य शिखरावर कमानी, महिरपींचा वापर करून कोनाडे केलेले दिसतात. हे सगळे चुन्याचे काम असते. या कोनाड्यांमध्ये चुन्याच्याच मूर्ती बसवत असत. मुख्य शिखरांच्या चार कोपऱ्यांना

मशिदीच्या मिनारांसारखी चार उभट शिखरे केलेली दिसतात. बरेचदा हे सर्व बांधकाम असे असायचे, की लांबून बघणाऱ्याला ही मशीदच वाटाली. स्थापत्यकलेतील नवा प्रवाह स्वीकारण्याची उदारता, प्रयोगशीलता यामागे असेल हे तर खरेच; याहीपेक्षा दुरून मशीद वाटल्याने मूर्तिभंजकांनी या वास्तूपर्यंत येऊ नये हा हेतू अधिक असावा.

चालुक्य काळातील मंदिरे चौरस किंवा आयताकार प्लॅनची असल्याचे दिसते. दक्षिण आणि उत्तर भारतातील द्राविडी आणि नागर शैलीची वैशिष्ट्ये एकत्रित करून महाराष्ट्रात स्थापत्य आणि शिल्पकलेचा आविष्कार केला गेला. इथे बऱ्याच मंदिरांमध्ये मंडपाचा आकार 'अधिक'च्या खुणेप्रमाणे आहे; पण बाहेरून मंदिराची रचना ताऱ्याप्रमाणे असते. हा तारा घडवायचा कसा? एका मध्य बिंदूची कल्पना करायची. त्याच्याभोवती एकमेकांना छेदणारे तिरपे, तिरपे चौरस काढत जायचे. अशा कोनांमुळे बाह्य भिंतीवर आत-बाहेर जाणारे पृष्ठभाग तयार होतात. या भिंतींवर मूर्ती, शिल्पे कोरण्यास भरपूर वाव मिळतो. मार्कंडीसारख्या ठिकाणी तर आत-अंधारात जाणाऱ्या कोनांवर व्याल, अष्टनायिका, दुय्यम प्रतिमा कोरल्या आहेत. उजेडातल्या भिंतींवर प्रमुख देव-देवतांच्या मूर्ती कोरल्या आहेत. हे कोन जमिनीपासून अगदी शिखरापर्यंत पोहोचलेले दिसतात. उंचीचा आभास यामुळे अगदी दुरूनही स्पष्टपणे होतो; पण अशा केवळ उभ्या पट्ट्यांनी हा आभास कायम राहत नाही. या उभ्या पट्ट्यांवर मावतील, उंचीला शोभतील अशा उभ्या मूर्ती कोरण्यावर भर दिला गेला. व्याल किंवा इतर प्राण्यांच्या प्रतिमा कोरताना मागच्या दोन पायांवर उभ्या आणि पुढचे दोन पाय उचललेले अशा पद्धतीने कोरल्या आहेत.

अशा रचनेमुळे येणाऱ्या उभटपणात एकसूरीपणा टाळण्यासाठी अधिष्ठानावर नक्षीचे आडवे पट्टे आखलेले दिसतात. उभ्या-आडव्याचा समतोल साधून स्थपतींनी नियोजनकौशल्यच दाखवले आहे. आडव्या आणि उभ्या नक्षीची योजना शिखरावरही दिसते. उरुश्रृंगांमुळे उंचीचा अभ्यास होतो. एकाच्या छातीवर दुसरे शिखर आल्यासारखे कोरलेले असते. हे उरुश्रृंग तर शिखरांची एका शेजारी एक अशी रांग असते त्यांना म्हणतात. अंगश्रृंग त्यामुळे आडव्या पट्ट्यातही शिखर सजलेले दिसते. विटांच्या शिखरांवरही अशीच रचना करण्याचा प्रयत्न केलेला दिसतो.

महाराष्ट्रातल्या प्रत्येक मंदिराला मुखमंडप असतो. अपवाद मोजके असले तरी मंडपाच्या दोन्ही भिंतींतून प्रवेश-निर्गमनासाठी दारे आणि अर्धमंडप करण्याची पद्धत पाळलेली दिसते. मंडप आणि गाभाऱ्याची मांडणी करताना दोन्ही चौकोनी असल्यास टोकाला टोक जोडून - दोन शंकरपाळी टोके जोडून ठेवावीत तशी रचना केल्याचे दिसते. चौरसांमधून नजाकत निर्माण करण्याचा प्रयत्न यामध्ये जाणवतो. आयताकार मंडप असल्यास त्याच्या एका बाजूवर टोक येईल असा गाभारा उभारलेला दिसतो. या

दोन्ही प्रकाच्या तलविन्यासामुळे अनेक कोन काढून तारकाकृती बांधकाम करण्यास सोपे जाते. शिवाय नक्षीकाम शिल्पांसाठी भरपूर जागा उपलब्ध होते. अर्थात बीड, उमरगा, होट्टल, आंबेजोगाईला साधी चौकोनी गाभारा आणि मंडप टोकाऐवजी बाजूवर बाजू येईल अशीच बांधलेली मंदिरेही आहेत.

आपल्या मंदिरांमधले स्तंभही वैशिष्ट्यपूर्ण आहेत. छत पेलण्याबरोबरच नक्षीकाम, कोरीवकाम करण्यास कलाकारांना उत्तम वाव या स्तंभांनी दिला आहे. अधिकांश स्तंभ तळाशी चौरस वर गोलाकार असल्याचे दिसते.

खांबाच्या तळाकडचा भाग सपाट ठेवण्याकडे अधिक कल दिसतो. काही ठिकाणी सुरीच्या पात्यासारखा धारदार भाग–'कणी'–कोरण्याचे काम केलेले दिसते. बऱ्याच ठिकाणी खांबाच्या तळाकडील भागावर छोटी देवळी असल्याप्रमाणे 'पंजर' कोरून त्यात बसलेल्या देवतामूर्ती कोरलेल्या दिसतात. मार्कंडी, बार्शी, टाकळी, सातगाव, सिन्नर, अंबरनाथ इत्यादी ठिकाणी असेच खांब दिसतात. औंढा येथील नागनाथ मंदिराच्या खांबाची नक्षी, रचना वेगळीच आहे. इथे तळाचा भाग अष्टकोनी आहे. वरच्या बहुतांशी चौरस आणि सपाट स्तंभदंडावर देवतांच्या मूर्ती कोरलेल्या असतात. काही ठिकाणी त्यावरील देवता मूर्ती किंवा कीर्तिमुख हा चालुक्य स्थापत्याचा प्रभाव म्हणता येईल. काही मंदिरांच्या स्तंभांवर घटपल्लव म्हणजेच पूर्णकलश कोरलेले दिसतात. हा गुजरात आणि मध्य भारतातील शैलीचा प्रभाव आहे. यावरचा स्तंभ गोलाकार असतो. त्यावर कणी दिसतात. त्रिकोणाची नक्षी कोरून सपाट पृष्ठभाग केला जात असे. त्यावरचा भाग म्हणजे स्तंभशीर्ष. आपल्याकडे कमलशीर्ष आणि घटपल्लव हे दोन प्रकार प्रामुख्याने दिसतात. त्यातही कमलशीर्ष जास्त लोकप्रिय असल्याचे दिसते. शीर्ष म्हणजे डोक्याचा भाग. खांबाच्या वरच्या भागावर उलट्या कमळाप्रमाणे पाकळ्या कोरलेल्या दिसतात. त्याला कमलशीर्ष म्हणतात. शुभकार्यात आपण कलशपूजन करतो. पाण्याचे भांडे त्यात विड्याची किंवा आंब्याची पाने आणि नारळ ठेवून आपण कलश करतो. याला समृद्धीचे प्रतीक मानतात. असा कलश किंवा पूर्णघट खांबावर दिसतो. सांचीपासून हे शुभचिन्ह स्थापत्यात खांबावर आल्याचे दिसते. मात्र, नारळाऐवजी इथे खांबांचा वरचा उभा भाग असतो. काळाच्या ओघात पानांचे स्वरूप बदलत गेले. घट खांबाच्या रुंदीप्रमाणे गोलाकार किंवा पसरट चपट्या आकाराचे दिसतात. प्रारंभीच्या काळात चार टोकांवर चार पाने कोरली जात. पुढे कलाकारांनी या पानांच्या लंबगोल किंवा नागमोडी वळणांना त्रिकोणी आकारही दिलेले दिसतात.

घटपल्लवांच्या वर खांबाच्या आकारापेक्षा जरा मोठा फरशीसारखा चौकोनी किंवा क्वचित गोलाकार, सपाट, कमी उंचीचा भाग दिसतो. त्याला 'पलगई' म्हणतात. चालुक्यांच्या परंपरेतील मंदिरांमधील खांबावर हा भाग कमी उंचीचा, खांबाच्या

आकाराला साजेसा कोरलेला असतो. चोल परंपरेतील मंदिरांमध्ये ही पलगई खांबापेक्षा थोड्या मोठ्या आकाराची आणि जास्तच पातळ-कमी उंची असते.

आता छताच्या तुळयांना खांब जोडायचा आहे. छताचा भार पेलायचा असल्याने विचारपूर्वक योजना करायला हवी. एकाच बिंदूवर भार केंद्रित व्हायला नको यासाठी विचारपूर्वक तरंग हस्ताची रचना केली गेली. जणू काही तरंगणारे हातच. आपल्या डोक्यावर मोठी वस्तू उचलायची असली तर आपण काय करतो? साधा पातळ थर्माकोल डोक्यावर पेलतानासुद्धा खालून दोन हातांनी आधार देतो. मग इतक्या वजनदार दगडी छतासाठी हात हवेत. 'अधिक'च्या खुणेप्रमाणे दोन्ही बाजूंना पेलणारे एकूण चार भाग खांबाच्या वर दिसतात. या तरंग हस्तांचे अस्तित्वत सरळसोटपणाचे किंवा 'मोनोटोनी'चा भंग करणारे असते. दणकट तुळयांच्या खाली येणाऱ्या या छोट्या भागाने सौंदर्य वाढते हे ठाऊक असले तरी कोरीवकामाला इथे वाव आहे, हे शिल्पींनी ताडले. या तरंग हस्तांवर यक्षासारखे बुटके, ढेरपोटे, मोठ्या डोळ्यांचे, कुरळ्या केसांचे कीचक कोरले गेले. त्यांची प्रतिमा कोरताना हात वर करून ते छत पेलताना दाखवले गेले. त्यांचे प्रयोजन स्पष्ट होते ते असे. हा घटक आपल्या मंदिरांमध्ये कदंब शैलीच्या स्थापत्यातून आला. होट्टलसारख्या मंदिरांमध्ये कीचक दाखवण्याऐवजी फुलांची नक्षी तरंगहस्तांवर काढली आहे. अनेक दिवस गुंडाळलेला कागद मधून उघडावा तरी कडा कशा गोल गुंडाळल्या जातात तसा 'रोल' काही ठिकाणच्या मंदिरांमध्ये तरंगहस्तांवर दिसतात. यात सिन्नर, अंजनेरी अन्वा सारख्या काही मंदिरांमध्ये स्तंभांवर नागशीर्ष दिसते.

स्तंभांमुळे सभामंडपाचे विभाजन होते. मधोमध रंगशीला असते. तिच्या चार टोकांवर चार खांब असतात. ही मधली चतुष्की. या चार खांबांमुळे मधला चौकोन वेगळा होतो, तसेच बाजूच्या ओवऱ्यांवरील खांबांमुळे तिथेही असे चौकोन-चौकन तयार होतात. या चौकांमध्ये उभे राहून वर पाहिल्यास छताच्या रचनेची कल्पना येते. तिरप्या तुळया रचून छोटे छोटे पिरॅमिड्स करायचे. शिखर करताना त्यांच्या मधल्या भागांवर कोरीव शिळा बसवून कमी उंचीचे पसरट शिखर मंडपावर घडवायचे अशी युक्ती दिसते. त्यामुळे सर्व खांबांवर समान भार पडतो. एखादा खांब जरा कमकुवत झाला म्हणून पूर्ण शिखर कोसळत नाही. मंडपाच्या भिंती काही ठिकाणी छतापर्यंत बंदिस्त स्वरूपाचा मंडप बनविण्यासाठी उभारल्या आहेत. काही ठिकाणी अर्धी भिंत, अर्धा स्तंभ करून मंडप खुला, हवा, प्रकाशयुक्त केला आहे. अशा खुल्या मंडपामुळे मंदिराच्या बाह्य भिंतीवर देवकोष्ठ, शिल्पे, मूर्ती यांच्यासाठी कमी जागा उरते. तरीही सौंदर्य वाढते. अशा मंडपांमध्ये मुखमंडपासारखी कक्षासनेही आढळतात.

रंगशिलेवर बसून पूर्वी कथावाचन, प्रवचन, कीर्तन चालत असे. तसेच आपल्या कलेचे किमान प्रथम सादरीकरण देवापुढे करण्याची प्रथा होती. मग गायक, वादक या

रंगशिलेवरच बसून स्वरसाधनेचा आविष्कार करत असत. नर्तक येथेच आरंगेत्रम सादर करत असत. या कलाकारांचे कौतुक करण्यासाठी कथा-प्रवचने ऐकण्यासाठी बाजूच्या मोकळ्या जागेत लोक बसत असत. ज्येष्ठ, श्रेष्ठ मान्यवरांसाठी कक्षासनांचा उपयोग होत असे. तसेच प्रशासकीय, राजकीय दृष्टीने महत्त्वाच्या सभा, बैठकांची हीच सर्वमान्य जागा!

या मंडपाचे छतही आकर्षक करण्याचा प्रयत्न कलाकार करताना दिसतात. तिरप्या तुळयांवर शिल्प किंवा नक्षीकाम करणे ही नित्याची गोष्ट. अगदी साध्या-प्लेन तुळया असल्या तरी सर्वात वरचा सपाट भाग कमळाची, फुलाची नक्षी काढून सजवणे हे अधिक ठिकाणी दिसते. कधी या ठिकाणी गजलक्ष्मी, नटराजही दिसतात. हे सर्व कोरणे उक्षिप्त वितान असल्यास सोपे होते. कारण छताचे छोटे कप्पे पडलेले असतातच. जिथे समतल वितान - सपाट छत असेल तिथे तर चांगलीच मोकळी जागा मिळते. अंबेजागाईचे अमलेश्वर मंदिर, श्रीगोंदा, निलंगा वगैरे मंदिरांच्या सभामंडपाचे छत 'समतल वितान' प्रकारचे आहे. कोरीवकामासाठी, स्थापत्यरचनेतून सौंदर्यनिर्मिती करण्यासाठी या समतल वितानांचेही प्रकार केले गेले. पहिल्या प्रकारात चौक आखून त्यात फुले-वेली इत्यादी नक्षीकाम केलेले दिसते. दुसरा प्रकार शिल्पपट सादर करणारा. यात पौराणिक कथांचे शिल्पांकन असते. मंदिर ज्या देवाला समर्पित केले असेल, शक्यतो त्याच्या संबंधातली पौराणिक कथा या कथन शिल्पांसाठी वापरली जाते. काही मंदिरांच्या वितानांवर आपल्याला एखाद्याच महत्त्वाच्या देवाचे-उपदेवतेचे शिल्प असते.

दोन तरंग हस्तांच्या मधल्या बेचक्यात स्तंभ पुत्तलिका, वाद्यवादन करणाऱ्या सुंदरी, सूरसुंदरी किंवा अष्टनायिका काही मंदिरांमध्ये असतात. या प्रतिमा मध्यम आकाराच्या शिलेवर कोरून छत आणि स्तंभांच्या दगडांवर खाचा करून त्यात बसवत. स्तंभपुत्तलिका होयसळांच्या मंदिरांमध्ये जास्त प्रमाणात दिसतात. दक्षिण कर्नाटकातल्या होयसळांच्या नितांतसुदर, नक्षीदार, तारकाकृती मंदिराची ख्याती जगभर पसरली आहे.

वित्तानाचे क्षिप्त-खाली उतरत्या पायऱ्यांचे उक्षिप्त-वर चढलेल्या पायऱ्या आणि मधे सपाट पृष्ठभाग असणारे, तर तिसरा प्रकार म्हणजे नारळाच्या करवंटीसारखे गोलाकार-करोटक वितान. यांच्या वेगवेगळ्या संगती साधून छताचे अनेक उपप्रकार केले गेले. यात क्षिप्तोक्षिप्त सभामार्ग, सभापद्म, सभामण्डारक, पद्मनाभक असे विविध प्रकार दिसता. अन्वा, बार्शी, टाकळी, सातगाव, झोडगे, तहकारी अशा काही मंदिरांची विताने उत्कृष्ट नक्षीकामाने सजलेली आहेत. तरीही महाराष्ट्रापेक्षा गुजरातमधील मंदिरांची विताने अधिक आकर्षक कलाकारीने नटलेली आहेत, हे नक्की!

महाराष्ट्रातील साधारण १३-१४व्या शतकापर्यंतची मंदिरे पाहताना काही ठळक मुद्दे लक्षात येतात. ही मंदिरे बनवताना स्थानिक दगडाचा वापर केलाय. आपल्याकडे ज्वालामुखीजन्य बसाल्ट दगड मोठ्या प्रमाणात सर्वत्र उपलब्ध आहे. त्याचाच

अधिकाधिक वापर सर्वत्र दिसतो. तसेच ग्रॅनाईट, शिस्ट आणि सॅन्डस्टोनचाही वापर केलेला आहे. दगड मोठ्या प्रमाणात उपलब्ध असूनही इथे प्रचंड, भव्य खरे तर अवाढव्य मंदिर उभारणे अशक्य नव्हते. ओरिसाचे लिंगराज, तंजावरचे बृहदिश्वर, कोणार्कचे सूर्यमंदिर वगैरे भव्य, उत्तुंग मंदिरे जवळपास घडत होती, घडवली होती. त्यांचे आपल्या कलाकारांना ज्ञान नव्हते असे म्हणता येणार नाही; पण आपली मंदिरे मध्यम आकाराची आटोपशीर, बेतशुद्ध प्रमाणाचीच आहेत. तटबंदी, मोकळे अंगण अशा पद्धतीने मंदिरउभारणी-लॅण्डस्केपिंग केलेले दिसते.

बहुतेक मंदिरे पूर्व किंवा पश्चिमेला तोंड केलेली आहेत. तसेच दक्षिणाभिमुख स्थापत्य दिसत नाही. डॉ. देगलूरकर यांनी नोंदवलेल्या निरीक्षणानुसार देवीची मंदिरे पूर्वाभिमुखही किंवा पश्चिमाभिमुख आहेत, हेच शिवमंदिराबाबतही म्हणता येईल. विष्णू मंदिर उत्तराभिमुखही असू शकते. विशेष म्हणजे शिव, विष्णू, देवी त्यातही संहारकर्तीच्या रूपातील देवीची मंदिरे अधिक प्रमाणात दिसतात. कार्तिकेय, ब्रह्मा, सूर्य, कृष्ण, सरस्वती, बलराम वगैरे देव-देवतांची मंदिरे सहसा आढळत नाहीत.

अधिकांश मंदिरांचे गर्भगृह चौरस, सपाट भिंतींचे लहान आकाराचे असते. शिवमंदिर असल्यास जमिनीवरच शिवलिंग असते. मूर्ती असल्यास मागील भिंतीलगत असते. बऱ्याच शिवमंदिरांमधील शिवलिंग हे 'पाताळ लिंग' प्रकारचे असल्याने मंडपापेक्षा खाली असते. मग पायऱ्या उतरून गाभाऱ्यात जावे लागते.

अंतराळ हा भाग नसणारे मंदिर दिसत नाही. फक्त त्याच्या आकारात बदल दिसतात. काही मंदिरांमध्ये अंतराळ मंडपाएवढाच रुंद, तर कोठे अंतराळ लहानशा बोळासारखा दिसतो. इथे बाजूच्या भिंतींमध्ये देवकोष्ठात प्रमुख देवतेशी संबंधित देव-देवतांच्या प्रतिमा दिसतात. अंतराळाचे छत कधी मंडपासारखे, तर कधी वेगळे घडवलेले दिसते. पुढे मण्डारक-गाभाऱ्याला उंबरा आणि त्यावर कीर्तिमुख असते. गाभाऱ्याच्या प्रवेशद्वारावर दोन्ही बाजूंनी असणाऱ्या शाखा, त्यांच्या तळाशी असणाऱ्या प्रतिहारी, गंगा-यमुना यांच्या प्रतिमा यात कमी-जास्त फरक होत असले तरी शाखारहित प्रवेशद्वार दिसत नाही. ललाटबिंबावर गणेश किंवा गाभाऱ्यातील मूर्तीचे वाहन, परिवार देवता कोरल्याचे दिसते.

ललाटाच्या वरचा भाग म्हणजे उत्तरांग. यावर देवळ्या कोरलेल्या दिसतात. मात्र, सुरुवातीच्या काळात या छोट्या देवळ्यांमध्ये देवतामूर्ती दिसतात. नंतरच्या काळात मात्र चौकोन-रत्न कोरलेले दिसते. असे का व्हावे हे मात्र सांगता येत नाही. कोरीवकामात प्रवीण शिल्पी उरले नसावेत की त्यांना मानधन देण्याइतका निधी बांधकामातून उरत नव्हता? पुढे सरकणाऱ्या काळाबरोबर कलाकुसर, शिल्पांकन यांची पीछेहाट होताना दिसते. सुरुवातीच्या काळात सप्तमातृका, गजलक्ष्मी, शेषशयन विष्णू

यांच्या प्रतिमा उत्तरांगावर कोरल्या गेल्या. कीर्तिमुखे असणारा मण्डारक हे महाराष्ट्रीय मंदिरांचे महत्त्वाचे वैशिष्ट्य.

मंदिराच्या बाह्य भागावर दिसणारी शिल्पे, मूर्ती यांचाही विचार करायला हवा. मंदिर हे शरीर गाभाऱ्यातील देव हा आत्मा आहे, असे पुराणे सांगतात. याच धर्तीवर, मंदिराच्या आत-बाहेर दिसणाऱ्या शिल्पांचे, मूर्तींचे वर्णन त्या मंदिररूपी शरीराचा श्वासोच्छवास असे करता येईल. वास्तविक, स्थापत्याचा पसारा मांडण्याचा उद्देश मूर्ती सादर करण्यासाठी योग्य कॅनव्हास घडवणे हाच असतो असे म्हटल्यास अतिशयोक्ती ठरू नये.

एक मात्र खरे, की महाराष्ट्रातील मंदिरांवर फार काही अतिउच्च प्रकारातल्या मूर्ती दिसत नाहीत. कलेचा मध्यकाळ हा इथल्या स्थापत्याच्या भराचा काळ असल्यामुळे असे झाले असावे. उदाहरणच द्यायचे तर मार्कण्डी आणि खजुराहो यांचे देता येईल. खजुराहोप्रमाणे मूर्ती, शिल्पे असूनही तितके सफाईदार, तितके कलात्मक सादरीकरण मार्कण्डीला दिसत नाही. मध्य भारत उत्तरेत शिल्प-स्थापत्याची चळवळ सुरू झाल्यानंतर आपल्याकडे आली. मांढळ, पवनार, मनसर, रामटेकला जसे रससशीत, वास्तववादी आणि आकर्षक कलात्मकतेने शिल्प घडवले गेले. तसे नंतरच्या काळात झाले नाही. सुरुवातीला दागिने मोजके, तलम, बांधा रेखीव, कुरळे केस, आकर्ण नयन, त्रिभंग अवस्थेत उभी शिल्पे दिसतात. त्रिभंग म्हणजे तीन ठिकाणी बाक आलेले. सरळ ताठ उभा म्हणजे समभंग. समपाद विठ्ठल आपला आवडता देव, तसाच उभा आहे. एखादा हात उचललेला वा पाय वाकवलेला म्हणजे द्विभंग; पण त्रिभंग अवस्थेत एका पायावर भार देऊन दुसरा सैल सोडून एका बाजूचा खांदा किंचित तिरपा केलेला दिसतो. तीन ठिकाणी शरीराला बाक येतो. सरळसोटपणात न जाणवणारी लय त्रिभंग अवस्थेत सहज दिसते.

आपल्या मंदिरांच्या मण्डोवरावर मूर्ती अधिक दिसतात. मंदिराचे प्रवेशद्वार, द्वारशाखांचा खालचा भाग, उत्तरांगावर प्रामुख्याने मूर्ती असतात. आपल्या मंदिरांवर अधिकाधिक मूर्ती-शिल्पे असावीत. यासाठी त्रिजंघा, द्विजंघा मण्डोवर घडवण्याची प्रथा मध्य, उत्तर भारतात दिसते. जंघा म्हणजे मूर्ती कोरण्यासाठी असणारा भाग. याचे एकावर एक असे दोन-तीन भाग करून शिल्पींना भरपूर वाव दिला जाई. आपल्या मार्कण्डीला त्रिजंघा मण्डोवर आहे आणि मूर्तींची रेलचेल आहे. मार्कण्डीप्रमाणेच औंढ्या नागनाथ मंदिरावर अप्रतिम आणि भरपूर शिल्पांकन आहे. अंबरनाथ, धर्मापुरी, होट्टल, निलंगा, झोडगे, पेडगाव अशा इतरही मंदिरांवर आकर्षक आणि विविध मूर्ती दिसतात. तरीही कोरीव लेण्यांमध्ये दिसतात तसे शिल्पपट किंवा कथनशिल्प मंदिरांवर दिसत नाही. पवनारला आढळलेले हरिवंश, रामायण, महाभारतातील कथांवर आधारित

सुटे पडलेले शिल्पपट वगळता बांधीव मंदिरांमध्ये शिल्पपट नसणे हेदेखील आपल्या स्थापत्याचे वैशिष्ट्यच म्हणायला हरकत नाही.

देव-देवतांच्या मूर्तींमध्ये सर्वाधिक लोकप्रिय, सर्वांना परिचित मूर्तींचाच विचार शिल्पींनी केलाय. म्हणूनच स्कंद, कार्तिकेय, लकुलीश, शेषशयन विष्णू, नरसिंह अशा मूर्ती कमी प्रमाणात आढळतात. नर्तिका, मदनिका, अष्टनायिका, सूरसुंदरी यादेखील बऱ्याच ठिकाणी दिसतात. अंबरनाथ, मार्कण्डी, निलंगा, होट्टल, पेडगाव, झोडगे, धर्मापुरी वगैरे मंदिरांवरच्या सूरसुंदरी अप्रतिमच आहेत. त्यांची शारीरिक ठेवण ही नृत्यमय, लयदार असते. कपाळी कुंकू लावत आरसा बघणारी, केसातले पाणी काढणारी, पत्र लिहिणारी असो की पायातला काटा काढणारी या स्त्रिया कसदार गायकीच्या भारदस्त तानांप्रमाणे भासतात. जितक्या सहज तितक्याच अवघड, सौंदर्यपूर्ण आकर्षक तितक्याच पवित्र, सोज्वळ! या स्त्रीप्रतिमा दाखवण्यामागे केवळ आकर्षण, सुशोभीकरण एवढाच हेतू नसतो, तर नवनिर्मिती, सृजनशीलता, कलात्मकता यांचे प्रतीक म्हणून त्या समोर येतात.

मंदिरांवरच्या शिल्पांकनाचा कलात्मक दर्जा इ.स. १३व्या शतकापासून घसरताना जाणवतो. बोजड शरीर, घाटदारतेऐवजी थुलथुलीतपणा, भावहीन चेहरे दिसू लागतात. काव्यात्मकता, चेहऱ्यावरील तरल भावदर्शन आणि अभिजात कलात्मकतेचे नागर जीवनदर्शन हळूहळू लोप पावताना दिसते. शिल्पशास्त्र, स्थापत्यशास्त्रात कलाकार पारंगत नव्हते असे नव्हे; परंतु कल्पना, अभिव्यक्ती, क्षमतांवर मर्यादा पडल्या. महाराष्ट्राच्या तत्कालीन आर्थिक स्थितीचा इथे विचार करायला हवा. आंतरराष्ट्रीय व्यापार जवळजवळ बंद, देशांतर्गत व्यापारही काहीसा रोडावलेला, संपूर्ण प्रांतावर एक प्रभावी शासन नसणे आणि शेती आणि अनुषंगिक उद्योगांचा वाढणारा वापर यामुळे नागर जीवनाला ओहोटी लागते. काव्य, शास्त्र, साहित्यनिर्मितीमधून येणाऱ्या वर्णने, विविध कल्पना यांच्यात खंड पडतो. अभिजात सादरीकरणाऐवजी स्थानिक पातळीचा विचार करूनच शिल्पकाम केले जाते. मग भरपूर दागिने घातलेल्या, अवघड केशभूषा, लठ्ठ शरीर दाखवून संपन्नता, सधनता दाखवण्याचा प्रयत्न केला जातो. मात्र, यातून बटबटीतपणाच ठसतो. सराव आणि कल्पनाविष्काराचा आभास दिसू लागतो. तरीही आपल्या मंदिरावरील मूर्ती, शिल्पे ही स्थापत्याच्या बरोबरीनेच जाताना दिसतात. दोघे मिळून त्या इमारतीचे सौंदर्य प्रभावित करतात. या दोन्ही घटकांनी कोठेही एकमेकांवर कुरघोडी केली असे दिसत नाही. स्थापत्याच्या ओघातच शिल्पांकन येते. शिल्पांना जागा उपलब्ध व्हावी, असे स्थापत्य घडवले जाते.

महाराष्ट्रातील मंदिरांवरच्या दोन प्रकारच्या मूर्ती, शिल्पांबद्दल लिहिलेच पाहिजे, तत्त्वज्ञानावर आधारित मूर्ती आणि कामशिल्पे. देव-देवतांच्या पराक्रमाच्या, क्रोध

आणि अनुग्रहाच्या अनेक कथांवर आधारित मूर्ती असतात. तशाच इ.स. ११००च्या आसपास तत्त्वज्ञानावर आधारित मूर्ती घडवल्या गेल्या. प्रारंभ केला विदर्भाने. मांढळला अनेकमुखी शिवप्रतिमा या तत्त्वज्ञानावर आधारितच होत्या. त्यांच्या आकलनासाठी विशेष अभ्यासाची गरज पडते. भारतात अशा मूर्ती क्वचितच कोठे आढळल्या असतील. इथे उत्तर भारतातील मथुरा शिल्पशैलीचा वैदर्भीय लोककलेशी भारतीय तत्त्वज्ञानाच्या साक्षीने मिलाप झालेला दिसतो.

चतुर्मुख शिव म्हणजे सदाशिव. शिवाच्या सद्योजात, वामदेव, अघोर आणि तत्पुरुष या चार अवस्थिती – आस्पेक्टस् – एकत्र दाखवल्या जातात, तर रुद्राच्या आठ रूपांना एकत्र दाखवणारी अष्टमूर्ती हीदेखील मांढळलाच आढळली आहे. रुद्र, शर्व, पशुपती, उग्र, अशनी, भव, महादेव आणि ईशान या त्यांच्या आठ गुणधर्मांवरून ठरलेल्या नावांप्रमाणे अष्टरुद्र मानतात. त्यांचे स्मरण मांढळच्या अष्टमूर्ती शिवाला पाहून होते. मांढळचीच द्वादश सर्व पार्श्वमुख शिव ही मूर्तीही वैशिष्ट्यपूर्ण आहे. रुपमंडन या मूर्ती विज्ञानविषयक ग्रंथात द्वादशमुख शिवमूर्तीचे वर्णन त्यांची नावे येतात. एकाहून अधिक मुखे असणारा शिव 'महासदाशिव' म्हणून ओळखला जातो. शैव परंपरेतील आणखी एक महत्त्वाची मूर्ती मांढळला सापडली. ती म्हणजे लकुलीश मूर्ती. लकुली हा शैव परंपरेतला अभ्यासू संत, त्याने पाशुपत या शैव पंथाला नवसंजीवन दिले. शिस्त लावली. शैव विचार लोकाभिमुख केले. लकुली हे नाव त्या संताच्या हातातील दण्ड काठीमुळे त्याला मिळाले. गुजरात-सौराष्ट्र भागात पाशुपत संप्रदायासाठी त्याने केलेले कार्य मोलाचे आहे. संप्रदायासाठी पर्यायाने समाजासाठी त्याने सुधारणा सुचवल्या, लोकांना शिकवल्या. त्यामुळे तो देवाचा अवतारच वाटला तर नवल कसले? या लकुलीशाची मूर्तीही मांढळला आढळली आहे. महाराष्ट्रात मोजक्या ठिकाणी आढळणारी ही मूर्ती पाशुपत संप्रदाय आणि त्याच्या वैचारिक प्रगतीचे स्मरण करून देते.

इतर काही ठिकाणी तत्त्वज्ञानाधारित मोजक्या मूर्ती विखुरल्या असल्या तरी विदर्भातलेच शिवस्थान मार्कण्डी अधिक उल्लेखनीय आहे. वास्तविक, तत्त्वज्ञानाच्या विविध शाखा लोकप्रिय करण्यात, विशिष्ट तत्त्वज्ञानाचे लोकांना स्मरण देण्यात या मूर्तींनी महत्त्वाचा हातभार लावलाय. मूर्तिकार आणि मूर्तिशास्त्राचा हा मोठा विजयच म्हटला पाहिजे. दृश्य माध्यम किती महत्त्वाचे ठरते, ते यावरूनच कळते. विद्वानांच्या चर्चेपुरती मर्यादित असणारी गहन तत्त्वे, सर्वसामान्यांना अनाकलनीय अशी दर्शने सर्व लोकांपर्यंत पोहोचवण्यासाठी मूर्तिकलेची मदत आवश्यक ठरली. मूर्तींना सर्वांच्या मनात आदराचे, प्रेमाचे स्थान होते. अनेक प्रकारच्या तत्त्वज्ञान शाखांचाही विकास, अभ्यास झाला होता. मूर्ती बघून पुराणातल्या कथा, महाकाव्ये, त्यातील प्रसंग यांची आठवण लोकांना सहजच होत असे. त्याच काळात तत्त्वज्ञानाचे स्मरणही याच प्रभावी

माध्यमातून करून देण्यासाठी प्रयत्न सुरू झाले. लकुलीश मूर्ती कैलास लेण्यात आहे. बांधीव मंदिरांमध्ये मात्र क्वचितच दिसते. तशीच शैव-वैष्णव संघर्षाला पूर्णविराम देण्यासाठी घडवलेली हरिहर मूर्ती महाराष्ट्रातील खरे तर विदर्भातील अशाच बांधीव मंदिरात प्रथम घडवली. इ.स. ९००च्या काळातली ही मूर्ती नागपूरच्या सेंट्रल म्युझियममध्ये आहे. भांदकला अशीच नंतरच्या काळात सापडली.

मार्कण्डीला अशा मूर्तींचे प्रमाण सर्वाधिक आहे. पंचमहाभूतांचे विश्वनिर्मितीतले स्थान महत्त्वाचे आहे. या पंचमहाभूतांमध्ये शिव आहे. पंचमहाभूते ही शिवस्वरूपच आहेत, हे ठसवणारी महासदाशिव मूर्ती इथे आहे. शैव सिद्धान्तावर आधारित मूर्तीही इथे आहे. अनेक हात किंवा मस्तके असणाऱ्या मूर्ती आपल्याला ठाऊक आहेत. मात्र, ही आहे चार पायांची मूर्ती. चर्या, क्रिया, ज्ञान आणि योग हे धर्माचे चार पाय आधार आहेत, असे शैव सिद्धान्तात म्हटले आहे. या चार पायांचे स्मरण 'चतुष्पाद विलक्षण शिव' या मूर्तीतून होते. तसेच विष्णू, शिव, ब्रह्मा आणि सूर्य यांची एकत्रित लक्षणे असणारी ब्रह्मेशान जनार्दनार्क मूर्तीही मार्कण्डीला दिसते. 'एकं सत विप्रा: बहुधा वदन्ति' हे वेदवचन सर्व प्रमुख देवतांना एकत्रित रूपात दाखवून, मूर्तिकारांनी सार्थ असल्याचेच दाखवले आहे.

भारतीय शिल्प आणि स्थापत्याचे आकर्षण जगभरात सर्वांनाच वाटते. मात्र, जवळजवळ सर्वच मंदिरांवर दिसणाऱ्या काही शिल्पांबाबत लोकांची भयंकर गल्लत होते. प्राचीन भारतीय शिल्पांमध्ये देव-देवता वस्त्रहीन दाखवल्याचा अनेकांचा गैरसमज असतो. पिढ्यान्‌पिढ्यांच्या विचारमंथनानंतर साकारलेली भव्य मंदिरे, सुप्त भावनांना मूर्त स्वरूप देणारी शिल्पे व चित्रे यांचे अंतरंग समजून घेण्याचा प्रयत्न डोळसपणे व्हायला हवा.

भारतीय कलांकडे बघण्यासाठी अभ्यासाधिष्ठित दृष्टी आवश्यक ठरते. आम्हा भारतीयांकडेच ती कमी असते. प्राचीन साहित्यातल्या नायिका, देवी, गंगा-यमुना-सरस्वती सारख्या स्त्रियांना आपण पूजनीय मानतो; तेव्हा त्यांच्या मूर्ती, चित्रे साकारतो. या वेळी त्यांच्याकडे आपण केवळ एक उपभोग्य वस्तू, मादक देह या भावनेतून बघत नाही. ज्ञान, पावित्र्य, निष्ठा या आदर्शांचे मूर्त स्वरूप म्हणून आपण त्यांच्याकडे बघतो.

भारतातल्या जवळजवळ प्रत्येक मंदिरावर दंपति, मिथुन आणि कामशिल्पे कोरलेली दिसतात. महाराष्ट्रही याला अपवाद नाही. अनेक भग्न मंदिरांवर आजही आपल्याला ही शिल्पे दिसतात. त्यांचा अर्थ, उद्देश, त्यामागची कल्पना समजून घ्यायला हवी. मंदिर हा देह आणि त्यातील देव हा आत्मा मानला जातो. भिंतीवर - मंदिराच्या बाहेर दैनंदिन जीवनातील प्रसंग, मिथिका, निसर्गशिल्पे वगैरे कोरलेले दिसतात. एकूणच दैनंदिन जीवनचित्र, मोहपाश बाहेरच ठेवून आपण आत जातो.

ईश्वरभक्ती आपल्याला या सामान्य जीवनापासून अधिक उंचावर घेऊन जाते. वर्षानुवर्षे विचार करून प्राचीन भारतीय स्थपती, शिल्पी यांनी अनेक अचाट कलाविष्कार घडवले. या सर्वांची माहिती प्राचीन शिल्पशास्त्राच्या तत्त्वज्ञानाच्या ग्रंथांमध्ये आहेच; पण आजही ज्याचे कोडे उलगडले नाही असे असे वाटते. ती शिल्पे म्हणजे दंपति, मिथुन आणि कामशिल्पे! या तीनही प्रकारच्या शिल्पांमध्ये फरक आहे. लेणी, मंदिरे यांच्या भिंतींवर बाहेरच्या बाजूने दंपति उभे दिसतात. मंदिराला दान देणाऱ्या सहकार्य करणाऱ्या प्रेरणास्थान ठरलेल्या पती-पत्नींची, स्मृती जपण्यासाठी हे 'सभ्य' दांपत्य दाखवतात. मिथुन शिल्पांमध्ये विलासी जोडपी दाखवतात. हे प्रेमी जीवन जगाचे भान विसरून आपसातच मश्गुल असतात. ते कधी एकमेकांना छेडतात, तर कधी भावी वैवाहिक सहजीवनाच्या स्वप्नांत रमलेले असतात. मराठीतल्या 'मेहूण' या शब्दाचे मूळ 'मिथुन' शब्दात आहे. मिथुन हे अक्षयतेचे, अविनाशीत्वाचे प्रतीक मानले गेले आहे. आजही शुभ प्रसंगी आपण मेहूण-मिथुनांना जेवायला बोलावतो.

या पुढची पायरी म्हणजे कामशिल्पे-प्रत्यक्ष रतिक्रीडा करणारी जोडपी यात दिसतात. जवळजवळ प्रत्येक मंदिरावर आढळणाऱ्या या शिल्पांचे प्रयोजन काय? दंपती-दाम्पत्य हे दानाचे ऋण फेडण्यासाठी मिथुन हे अविनाशीत्वाचे वरदान लाभण्यासाठी दाखवत. मग कामशिल्पे कशासाठी? कामशिल्पांमध्ये साधी सर्वसामान्य माणसे दाखवली जातात. कोठेही देव-देवता या पद्धतीने दाखवत नाहीत. देवांच्या कोणत्याही मूर्ती वस्त्रहीन नसतात. वस्त्रांच्या निऱ्या, चुण्या दर्शवणाऱ्या कोरीव रेषा मूर्तींवर दिसतात. सर्वच मूर्ती रंगवल्या जात. स्त्री, पुरुष, यक्ष, गण, याक्षिणी, गंधर्व, विद्याधर, भक्त, देव, देवी अशा सर्वांच्या विविध कपड्यांचे, दागिन्यांचे प्रकार नावासह शिल्पशास्त्राच्या ग्रंथांमध्ये सांगितले आहेत.

मंदिर ही सामाजिक महत्त्वाची वास्तू असल्याचे आपण पाहिलेच आहे. अनेक प्रकारची माणसे रोजच एकत्र येण्याचे स्थान म्हणजे मंदिर. त्यांच्या उभारणी आणि व्यवस्थापनासाठी समाजाच्या विविध स्तरांतील व्यक्ती दान देत असत. या सामाजिक वस्तूंवर बाहेरून दिसणारी कामशिल्पेही सामाजिक आशयाची होती. ती शिल्पे प्रेक्षकांकडे बघत नाहीत. जगाशी त्यांचा काही संबंधच नाही! त्यांच्या चेहऱ्यावर लाज, संकोच, चोरी न जाणवता हास्य का दिसते? धर्म, अर्थ, मोक्ष याप्रमाणेच काम हादेखील पुरुषार्थ आहे. मंदिराच्या आत धर्म आहे. आवारात अर्थ साधतो. काम या सर्वांचा हिस्सा आहे. जीवनाचा एक भाग आहे. जीवनाची सुख-दु:खे न भोगता गाभाऱ्यातला देव समजण्याइतकी प्रगल्भता, चित्तशांती कशी लाभणर? देव आपल्यासारखाच आहे. आपल्यात त्याचाच अंश आहे. अहम् ब्रह्मास्मि! हा अनुभव आल्याशिवाय मोक्ष निरर्थक आहे.

सामाजिक हेतूने घडवलेल्या लोकोत्तर कलाकृतींकडे निर्मळ वृत्तीने बघून त्यांचे अर्थ समजून घेण्याइतका मनाचा मोठेपणा तंत्रयुगात हरवलाय. या शिल्पांची प्रेरणा समाजात आहे. समकालीन साहित्यात आहे. पुराणातील आख्याने, कालिदासादी कवी, नाटककार यांच्या साहित्यातील वर्णने शिल्पांशी मिळतीजुळती आहेत. कामसूत्रकार वात्स्यायनासारखे आणखी किमान ३५-३६ लेखक ज्ञात आहेत. त्यांच्या लेखनात उथळपणा, थिल्लरपणा, मूल्यहीनता दिसत नाही. सुखी जीवन जगण्याचे, आनंदप्राप्तीचे नैतिक मूल्ये जपणारे मार्ग देण्याचा या लेखकांचा प्रयत्न होता. त्यात बेजबाबदार, बेदरकार वृत्तीचे मार्गदर्शन नव्हते, भडकपणा नव्हता, हे लक्षात घ्यायला हवे. पूर्वग्रहदूषित नजरेऐवजी मोकळ्या मनाने, स्वच्छ नजरेने प्राचीन शिल्पे बघावीत. नग्नता, अश्लीलता आणि प्रगल्भता आहे ती आपल्या नजरेत, कोणत्याही शिल्पांमध्ये नाही.

शिल्पकला असो की स्थापत्यशास्त्र महाराष्ट्र मागे नाही, हेच सगळ्या विवेचनाचे सार म्हणता येईल.

❖❖❖

– शब्दसूची –

१.	अधिष्ठान, जगति, जोते	:	प्लिंथ, ओटा ज्यावर मंदिर उभे असते.
२.	अंतराळ	:	गाभारा आणि मंडपाला जोडणारा भाग.
३.	अर्धमंडप	:	पोर्च, प्रवेशद्वारासमोरच्या छोट्या छताला खांबांचा आधार देऊन केलेले बांधकाम.
४.	उत्तरांग	:	गाभाऱ्याच्या प्रवेशद्वारावरील चौकटी, ललाटबिंब यांच्या वरचा भाग.
५.	चतुरस्त्र	:	चौरस, चौकोनी
६.	देवकोष्ठ	:	देवता मूर्तीसाठी केलेले भिंतीतले कोनाडे.
७.	प्रवेशद्वार	:	प्रवेश करण्याचे दार
८.	द्वारशाखा	:	प्रवेशद्वाराच्या बाजूला भिंतीवर नक्षीचे उभे पट्टे कोरलेले दिसतात. नक्षीवरून त्याचे नाव ठरते. या पट्ट्यांच्या संख्येवरून दाराचा प्रकार ठरतो. एक ते सात शाखा असणारी द्वारे दिसतात.
९.	ग्रीवा	:	शिखराच्या मानेचा, गळ्याचा भाग.
१०	जंघा	:	मंदिराच्या भिंतीचा मूर्तीयुक्त भाग.
११.	कक्षासन	:	टेकण्याची पाठीकडे सोय असणारे बसण्यासाठी केलेले दगडी बाक.
१२.	कणी, कणिका	:	भिंतीवर दिसणारे धारदार पाते किंवा कड असणारा कोरीव पट्टा.
१३.	क्षिप्त	:	एकापेक्षा एक पुढे येणाऱ्या एककेंद्री (गोल वा चौरस) नक्षीचे वितान अर्थात छताची आतली बाजू.
१४.	ललाटबिंब	:	गाभाऱ्याच्या प्रवेशद्वारावर मधोमध असणारी मूर्ती.
१५.	मुखमंडप		मंडपात प्रवेश करण्याच्या दारासमोरील छोटा मंडप.

१६.	प्राग्रीवा	:	अरुंद अंतराळ
१७.	प्राकार	:	भोवतीचे अंगण
१८.	सभामंडप		हॉल, सभागृह, रंगमंडप
१९.	शुकनास	:	मुख्य शिखरासमोर आलेले अंतराळाचे अर्ध-गोलाकार शिखर.
२०.	वारीमार्ग	:	गाभाऱ्याच्या भिंतीतून, देवमूर्तीच्या अभिषेकाचे पाणी बाहेर पडण्यासाठी काढलेला मार्ग.
२१.	वितान	:	छत

संदर्भसूची

(१) जामखेडकर अ. प्र. - महाराष्ट्र इतिहास - प्राचीन काळ (खंड - १, भाग २)

(२) ब्राऊन पर्सी - इंडियन आर्किटेक्चर - बुद्धिस्ट ॲण्ड हिंदू पिरियड

(३) देगलूरकर गो. बं. - टेम्पल आर्किटेक्चर ॲण्ड स्कलपचर इन महाराष्ट्र

(४) देव शां. भा. - मार्कंडी टेम्पल्स

(५) कझिन्स हेन्री - मिडिव्हल टेम्पल्स आफ द डेक्कन

www.ingramcontent.com/pod-product-compliance
Lightning Source LLC
LaVergne TN
LVHW051105051026
849532LV00004BB/1444
* 9 7 8 8 1 8 4 8 3 2 2 4 2 *